AF448905

പഞ്ചായത്ത്‌രാജ് കുട്ടികൾക്ക്

panchayathraj kuttikalku

•

a suhruth Kumar

•

first edition
november 2017

•

second edition
december 2018

•

second impression
march 2020

•

typesetting
dbh overbridge tvpm

•

published
chintha publishers, thiruvananthapuram

•

cover
vishnuram

•

illustration
sujith t k

•

Rights reserved

Distribution
DESHABHIMANI BOOK HOUSE
H O Thiruvananthapuram 695035
phone: 0471-2303026, 6063026
Email: chinthapublishers@gmail.com
Website: www.chinthapublishers.com

Branch

Head Office Kunnukuzhi • Statue Thiruvananthapuram • KSRTC Bus
Station Alappuzha • KSRTC Bus Station Ernakulam • Machingal Lane
Thrissur • IG Road Kozhikode • Mavoor Road Kozhikode • NGO Union
Building Kannur • Central Bus Terminal Complex Thavakkara Kannur

CR - SP / 2219 / 5285
ISBN - 978-93-86637-30-7

പഞ്ചായത്ത്‌രാജ് കുട്ടികൾക്ക്

എ സുഹൃത് കുമാർ

ചിന്ത പബ്ലിഷേഴ്സ്
തിരുവനന്തപുരം-695 035

എ സുഹൃത് കുമാർ

11.07.1963 ൽ തിരുവല്ല താലൂക്കിൽ പരിമലയിൽ തോപ്പിൽ വീട്ടിൽ കെ അപ്പുക്കുട്ടനാദിശ്ശരുടെയും ജി ഭാർഗവിയമ്മ യുടെയും മകനായി ജനിച്ചു. കേരളസർവ്വകലാശാലയിൽ നിന്നും ബിരുദം, നിയമബിരുദം, ബിരുദാനന്തരബിരുദം, നിയ മത്തിൽ എം ഫിൽ ബിരുദം എന്നിവ നേടി, മഹാത്മാഗാന്ധി സർവ്വകലാശാലയിൽനിന്നും ഗവേഷണ പഠനവും പൂർത്തി യാക്കി. മഹാരാഷ്ട്രയിലെ ചന്ദ്രപ്പൂർ, കേരളത്തിലെ കോഴി ക്കോട്, എറണാകുളം, തൃശൂർ എന്നിവടങ്ങളിൽ നിയമാ ദ്ധ്യാപകനായി പ്രവർത്തിച്ചു. വിവിധ പഠന-ഗവേഷണ സ്ഥാപനങ്ങളിൽ നിയമശാസ്ത്രഫാക്കൽറ്റി അംഗമായി പ്രവർത്തിച്ചു. ഇപ്പോൾ തിരുവനന്തപുരം ഗവൺമെന്റ് കോളേജ് ഓഫ് ലോയിൽ പ്രൊഫസറായി ജോലി ചെയ്യു ന്നു.

പ്രസിദ്ധീകൃതമായ കൃതികൾ: *നിയമം സമൂഹം നീതിവ്യവ സ്ഥ, നിയമം കുട്ടികളുടെ രക്ഷയ്ക്ക് (ചിന്ത പബ്ലിഷേഴ്സ്), പരിസ്ഥിതിയും നിയമവും, അറിവിന്റെ അവകാശികൾ, പഞ്ചായത്ത്രാജ് നിയമവും ഭരണവും (ഭാഷാ ഇൻസ്റ്റിറ്റ്യൂ ട്), കുട്ടികളും നിയമവും, വിവേചനത്തിന്റെ ഭിന്നമുഖങ്ങൾ, പരിസ്ഥിതി നിയമം ഒരു പരിചയം (ശാസ്ത്രസാഹിത്യ പരി ഷത്ത്), അധികാരവികേന്ദ്രീകരണം പ്രശ്നങ്ങളും സാദ്ധ്യ തകളും (കെ ജി ഒ എ), സ്ത്രീകളും നിയമവും (വനിതാ കമ്മീഷൻ), നിയമപ്രകാരം(ജനനീതി), നിയമം കുട്ടികളു ടെയും കൗമാരപ്രായക്കാരുടെയും രക്ഷയ്ക്ക്, സ്ത്രീപദ വി-നിലവിലുള്ള സങ്കല്പനവും വരുത്തേണ്ട മാറ്റങ്ങളും (തിരുവനന്തപുരം നഗരസഭ), ഇ എം എസ് സ്മൃതി സമാ ഹാരം (എഡി. കോസ്റ്റ് ഫോർഡ്), ഹാന്റ്ബുക് ഓൺ ലീഗൽ ലാംഗ്വേജ് & ലീഗൽ റൈറ്റിങ് (ഇംഗ്ലീഷ് - ലൈഫ് ബുക്സ്).*

ഭാര്യ : ഡോ: കെ ടി ശ്രീലത കുമാരി
മക്കൾ : അശ്വിനി, അനന്യ
വിലാസം : സൗഹൃദ, ടി സി 6/1016(2)
പി ആർ എ 136 (എ), പടയണി ലെയ്ൻ
വട്ടിയൂർക്കാവ് പി ഒ, തിരുവനന്തപുരം – 13

ഉള്ളടക്കം

പ്രസാധകക്കുറിപ്പ്

ഒരു അംഗീകൃത പാഠപദ്ധതിയുടെ അടിസ്ഥാനത്തിലുള്ള പാഠ്യക്രമമനുസരിച്ചാണ് നമ്മുടെ സ്കൂൾ സമ്പ്രദായത്തിൽ പാഠ പുസ്തകങ്ങൾ തയ്യാറാക്കപ്പെടുന്നത്. അംഗീകൃത യോഗ്യതകൾ ഉള്ള അദ്ധ്യാപകർ അതു പഠിപ്പിക്കുന്നു. കുട്ടികൾ അതു പഠി ക്കുകയും വിവിധ നിലകളിൽ മാർക്കു നേടി വിജയം കരസ്ഥമാ ക്കുകയും ചെയ്യുന്നു. ഇതെല്ലാമായിട്ടും തങ്ങൾ പഠിക്കുന്ന പാഠ ങ്ങളുമായി ബന്ധപ്പെട്ട് അറിഞ്ഞിരിക്കേണ്ടതും പഠിച്ചിരിക്കേണ്ട തുമായ പല അറിവുകളും വിട്ടുപോകുന്നു. പാഠഭാഗങ്ങളിൽ പെട്ടതു തന്നെയും ദുർഗ്രാഹ്യവും വിരസവും ആയതുകൊണ്ട് അവ മനസ്സിൽ പതിയുകയോ അറിവു വളർത്തുകയോ ചെയ്യാതെ പോകുന്നു.

ഇതൊരു കുറവുതന്നെയാണ്. ഈ കുറവ് എങ്ങനെ പരി ഹരിക്കാം. അദ്ധ്യാപകരെന്ന നിലയിൽ സമർത്ഥരും എഴുത്തു കാരുമായ അദ്ധ്യാപകരുടെ കൂട്ടായ്മയെ ഈ വെല്ലുവിളി ഏറ്റെ ടുക്കുവാൻ തയ്യാറാക്കി. അതിന്റെ ഫലമാണ് *സ്കൂൾ പ്ലസ്* എന്ന പുസ്തകപരമ്പര. പാഠപുസ്തകത്തിൽ പകർന്നു കിട്ടുന്ന എല്ലാ അറിവിന്റെയും അനുബന്ധ വിവരങ്ങളാണ് ഈ പുസ്തകങ്ങ ളുടെ ഉള്ളടക്കം. സുഗ്രാഹ്യമായും രസകരമായുമാണ് ഈ പു സ്തകങ്ങൾ രചിക്കപ്പെട്ടിരിക്കുന്നത്. ഓരോ ക്ലാസിലെയും എല്ലാ കുട്ടികളുടെയും അറിവിന്റെ ചക്രവാളം വികസ്വരമാക്കുവാനും

പുതിയ അധികപുസ്തകങ്ങൾ തേടിപ്പിടിച്ചു വായിക്കുവാനും ഈ പുസ്തകപരമ്പര സഹായകമാകും.

അനുദിനം വിസ്തൃതമായിക്കൊണ്ടിരിക്കുന്ന വിജ്ഞാന മേഖലയ്ക്കൊപ്പം സഞ്ചരിക്കാൻ നമ്മുടെ കുട്ടികളെ പ്രാപ്തരാ ക്കേണ്ടതുണ്ട്. ശാസ്ത്ര വിഷയങ്ങളിൽ മാത്രമല്ല സാമൂഹ്യ-രാഷ്ട്രീയ വിഷയങ്ങളിലും അവരുടെ ശ്രദ്ധ പതിയേണ്ടതുണ്ട്. കുട്ടികൾ അവരുടെ ദൈനംദിന ജീവിതത്തിൽ കേൾക്കുന്ന ഒന്നാണ് പഞ്ചായത്ത്‌രാജ്. എന്താണത്? എന്താണ് പ്രാദേശിക സർക്കാരുകൾ? അവയുടെ ആവിർഭാവം എങ്ങനെ? അതിനുള്ള നിയമ സാധുത എന്ത്? ഇത്തരം ചോദ്യങ്ങൾക്ക് ഉത്തരം ലഭിക്കാൻ സഹായകമാണ് *പഞ്ചായത്ത്‌രാജ് കുട്ടികൾക്ക്* എന്ന പുസ്തകം. നിരവധി വർഷങ്ങളായി നിയമ അദ്ധ്യാപകനായി പ്രവർത്തിച്ചു വരുന്ന പ്രൊഫ. എ സുഹൃത്‌കുമാറാണ് ഈ പു സ്തകം രചിച്ചിരിക്കുന്നത്. ശാസ്ത്ര സാഹിത്യ പരിഷത്തിന്റെ പ്രവർത്തനത്തിലൂടെ കുട്ടികളുടെയൊപ്പമുള്ള പ്രവർത്തന ത്തിന്റെ രീതിശാസ്ത്രം കൈവശമാക്കിയിട്ടുള്ള സുഹൃത് കുമാർ തന്റെ ദൗത്യം കുറ്റമറ്റ രീതിയിൽ നിർവ്വഹിച്ചിട്ടുണ്ട്.

ചിന്ത പബ്ലിഷേഴ്സ്

മുഖക്കുറിപ്പ്

കൂട്ടുകാരേ,

ഗ്രാമസ്വരാജ് എന്നത് ഗാന്ധിയൻ സങ്കല്പനമാണ്. ജനാധിപത്യ സ്വയംഭരണമെന്നത് സംസ്കൃത സമൂഹങ്ങളിലെ വീക്ഷണമാണ്. ഇന്ത്യയിൽ ഭരണഘടനയിലെ നിർദ്ദേശക തത്ത്വമായി പ്രാദേശിക സ്വയംഭരണ തത്ത്വം ഉൾപ്പെട്ടിരുന്നു. നിയമപരമായി വികേന്ദ്രീകൃതഭരണ സ്ഥാപന സംവിധാനങ്ങൾ നിലവിൽ വന്നിട്ട് രണ്ട് ദശകങ്ങൾ കഴിഞ്ഞിരിക്കുന്നു. എന്നാൽ മുതിർന്നവർ തന്നെ തദ്ദേശ ഭരണക്രമം സ്വായത്തമാക്കി എന്ന് ഇപ്പോഴും കരുതാനാവില്ല.

കുട്ടികളുടെ ജീവിതം, വളർച്ച, വികാസം എന്നിവയുമായി ഏറെ ബന്ധപ്പെട്ടിരിക്കുന്നു തദ്ദേശ ഭരണ നിയമ നടത്തിപ്പ്. നമ്മിൽ പലർക്കും രാജ്യത്തെയും വിദേശരാജ്യത്തെയും പരിചയമുണ്ട്, അറിവുണ്ട്. എന്നാൽ നമ്മുടെ ഗ്രാമത്തെ, അതി ന്റെ ഭരണത്തെ നമുക്ക് പരിചയമില്ല. അറിവില്ല. അവയെപ്പറ്റി നമ്മൾ, നമ്മുടെ കുട്ടികൾ അറിയേണ്ടതല്ലേ... തീർച്ചയായും അറിയണം. അവ പരിശീലിക്കണം. പരിചയിക്കണം. അതിനായി സഹായിക്കുന്ന ചെറിയ പരിചയപ്പെടുത്തലിനാണ് ഈ പുസ്ത കത്തിലെ ഉള്ളടക്കം ഉദ്ദേശിക്കുന്നത്. ഓരോ പാഠത്തിനും ഒപ്പം

തനതായും കൂട്ടായും ചെയ്യാവുന്ന പ്രായോഗിക തുടർ പ്രവർ
ത്തന നിർദ്ദേശവും ചേർത്തിട്ടുണ്ട്. ചുരുക്കം ചില പാഠങ്ങളിൽ
പട്ടികകളും ചിത്രീകരണവും ചേർത്തിട്ടുണ്ട്. അഭിരുചി
ക്കനുസരിച്ച് അവ ഉപയോഗപ്പെടുത്തുക. ഈ രചനയ്ക്കു
പ്രചോദനമായ കരകുളം ഗ്രാമീണപഠന കേന്ദ്രത്തോടുള്ള കട
പ്പാട് സൂക്ഷിച്ചുകൊണ്ട്....

സസ്നേഹം
എ സുഹൃത് കുമാർ

1

ജനാധികാരവും വികേന്ദ്രീകരണവും

ഓണപ്പാട്ട് ഓർമ്മയില്ലേ കൂട്ടുകാർക്ക്! മനുഷ്യരെല്ലാം ഒന്നുപോലെ തുല്യതയോടെ നീതിന്യായത്തോടെ കള്ളവും ചതിയും കുറ്റവും ശിക്ഷയും ഇല്ലാതെ കഴിഞ്ഞിരുന്ന ഒരു മധുര മനോജ്ഞ കാലം! 'മാവേലിസം' എന്ന അന്നത്തെ അവസ്ഥയെ വിളിക്കാമെങ്കിൽ അതാണ് പ്രാകൃത കമ്യൂണിസ്റ്റ് കാലമെന്ന് കരുതാനാവും.

കാലം മാറി, മനുഷ്യർ മാറി, സമൂഹം മാറി, സമൂഹത്തിലെ അംഗങ്ങളായ മനുഷ്യരുടെ അവസ്ഥയും മാറി. അടിമകളും ഉടമകളും ഉണ്ടായി. ഭൂപ്രഭുക്കളും ഭൂരഹിതരും ഉണ്ടായി. മുതലാളിയും തൊഴിലാളിയും ഉടലെടുത്തു. അതനുസരിച്ച് നയങ്ങളും നിയമങ്ങളും മാറി. ഭരണ രീതികൾ മാറി. ഭരണത്തിന്റെ സ്വഭാവം മാറി. ഭരിക്കുന്നവരും ഭരിക്കപ്പെടു ന്നവരും മാറി. ഭരിക്കപ്പെടുന്നവർക്കുമേൽ ഭരിക്കുന്നവരുടെ അധികാരം നിലനിർത്താനായുള്ള ഉപകരണങ്ങൾ മാറി.

രാജാധിപത്യം, ഏകാധിപത്യം, പട്ടാളാധിപത്യം, മതാധി പത്യം, ജനാധിപത്യം, സർവ്വാധിപത്യം തുടങ്ങി വിവിധ ഭരണ രൂപങ്ങൾ മനുഷ്യരാശിയുടെ ചരിത്രഗതിക്കൊപ്പം രൂപംകൊ ള്ളുകയും നിലനില്ക്കുകയും തകരുകയും ചെയ്തതും നമുക്കറിയാം.

കേരളം രൂപംകൊള്ളുന്നതിന്‌ മുമ്പ്‌ തിരുവിതാംകൂർ കൊച്ചി നാട്ടുരാജ്യങ്ങൾ രാജഭരണത്തിലായിരുന്ന കാലം. വഞ്ചിനാടും, വേണാടും, പെരുമ്പടപ്പും, തുളുനാടും, കോലത്തുനാടും വള്ളുവനാടും മറ്റും ഇത്തരം നാട്ടുരാജാക്കന്മാരുടെ ഭരണ ത്തിലായിരുന്നതും നമുക്കറിയാം.

ജർമ്മനിയെ അടക്കി ഭരിച്ച ഹിറ്റ്‌ലറെ (അഡോൾഫ്‌ ഹിറ്റ്‌ലർ) ഏകാധിപത്യഭരണത്തിന്റെ പ്രത്യക്ഷ ഉദാഹരണമായി കരുതാം. ഉഗാണ്ടയിലെ ഇദി അമീനും ലിബിയയിലെ ഗദ്ദാഫിയും മ്യാൻമറിലെ പട്ടാള ജൗണ്ടയും പട്ടാള ഭരണത്തിന്റെ ഉദാഹര ണമായി കരുതാം.

ചില രാജ്യങ്ങളിൽ മതമേലാളന്മാരിലാണ്‌ പരമാധികാരം നിക്ഷിപ്‌തമായിരിക്കുക. ഇറാനിലെ ഖൊമിനിമാരുടെ ഉദാഹരണം കാണുക. മലേഷ്യ മുസ്ലീം മതാധിഷ്‌ഠ രാഷ്ട്രമാ യാണ്‌ തുടരുന്നത്‌. ഇറ്റലിയിലെ ഭൂവിഭാഗമായ വത്തിക്കാൻ പോപ്പിന്റെ നേരിട്ടുള്ള അധികാരത്തിൻ കീഴിലുള്ള മതാധിഷ്‌ഠിത പ്രദേശമാണ്‌.

ഇതിൽനിന്ന്‌ വ്യത്യസ്തവും മികവുറ്റതുമായ നിലയിലാണ്‌ ജനാധിപത്യം കരുതപ്പെടുന്നത്‌. ജനങ്ങൾക്കായി, ജനങ്ങളു ടേതായി, ജനങ്ങളാൽ നടത്തപ്പെടുന്ന ഭരണ പ്രക്രിയയ്ക്കാണ്‌ ജനാധിപത്യം എന്ന വ്യാഖ്യാനം എബ്രഹാം ലിങ്കൺ നല്കിയത്‌. (of the people, for the people, by the people) തീരുമാനം എടുക്കുന്ന പ്രക്രിയയിൽ ജനങ്ങൾ പ്രത്യക്ഷത്തിൽ പങ്കാളി ത്തവും നേതൃത്വവും ഉടമസ്ഥതയും നിയന്ത്രണവും വഹിക്കുന്ന പ്രത്യക്ഷ ജനാധിപത്യ പ്രക്രിയയാണ്‌ ഉദാത്ത മാതൃക. എന്നാൽ തങ്ങൾ നിയോഗിക്കുന്ന പ്രതിനിധികളിലൂടെ തീരുമാനങ്ങൾ എടുക്കുകയും പ്രാവർത്തികമാക്കുകയും ചെയ്യുന്ന പരോക്ഷ ജനപ്രാതിനിധ്യ സംവിധാനവും ജനായത്തത്തിൽ നിലവിലുണ്ട്‌.

ജനാധിപത്യത്തിന്റെ സ്വഭാവ സവിശേഷതയനുബന്ധിച്ച്‌ പങ്കാളിത്ത ജനാധിപത്യം (Participatory Democracy) എന്നും പ്രാതിനിധ്യ ജനാധിപത്യം (Representative Democracy) എന്നും പ്രയോഗിക്കാം. ജനാധിപത്യത്തിന്റെ രീതിശാസ്ത്രം അനുസരിച്ച്‌ ഇതിനെ പ്രതിപക്ഷ ജനാധിപത്യം (Direct De-

mocracy) എന്നും പരോക്ഷ ജനാധിപത്യം (Indirect Democracy) എന്നും പരാമർശിക്കാവുന്നതാണ്.

'അധികാരം ദുഷിപ്പിക്കാൻ ശ്രമിക്കും പരമമായ അധികാരം പരമമായി ദുഷിപ്പിക്കാൻ ശ്രമിക്കും' എന്നാണ് ആറ്റ്കിൻ പ്രഭു അഭിപ്രായപ്പെട്ടത്. അങ്ങനെ സംഭവിക്കാതിരിക്കുന്നതിനുള്ള ഒരു ഉപാധിയാണ് അധികാര നിർവ്വഹണത്തിലെ പരമപ്രധാന ഉപകരണമോ ഉപാധിയോ ആയ വിവേചനാധികാരം പരമാവധി പരിമിതപ്പെടുത്തുക എന്നത്. മറ്റൊരു സാദ്ധ്യതയാണ് ഭരണാധികാരികൾക്കുമേൽ സമൂഹത്തിന്റെ നിരീക്ഷണവും നിയന്ത്രണവും പൊതുബാദ്ധ്യതയും ഏല്പിക്കുക എന്നത്. സമീപ കാലത്ത് ചർച്ച ചെയ്യപ്പെട്ട ജനലോക്പാൽ സമ്പ്രദായം ഇത്തരം നിയന്ത്രണത്തിന് ഉദാഹരണമാണ്.

'ജനാധിപത്യം സുതാര്യമായിരിക്കണം. അടഞ്ഞ ജനാധിപത്യം ജീർണ്ണിച്ച ജനാധിപത്യമായിരിക്കും' എന്നാണ് ബർണാഡ്ഷാ പരാമർശിച്ചത്. സുതാര്യതയുടെ ഭാഗമാണ് അറിയാനും അറിയിക്കപ്പെടാനും ഉള്ള ജനങ്ങളുടെ അവകാശം.

ഭരണകാര്യങ്ങൾ അറിയാനും അതിൽ അഭിപ്രായം അറിയി ക്കാനും പൗരന്മാർക്കുള്ള അവകാശം നാം വിനിയോഗിക്കാറു ണ്ടോ? അത് ഉറപ്പായാൽ മാത്രമേ മികച്ച ജനാധിപത്യം സാദ്ധ്യ മാകൂ.

അറിയാനും അറിയിക്കപ്പെടാനും കഴിയാത്ത ഒരു ജനാധി പത്യ പ്രക്രിയ അന്ധർ അന്ധരെ നയിക്കുന്നതിന് തുല്യമാ യിരിക്കും. സമൂഹ ത്തിനും പൗർക്കും ഇണങ്ങിയ അഥവാ അവർ അർഹിക്കുന്ന ഭരണ മായിരിക്കും അവർക്ക് ലഭിക്കുക എന്നു കൂടി ബർണാഡ്ഷാ അഭിപ്രായ പ്പെട്ടതിന്റെ സാരം ഇതുതന്നെയാണ്.

ജനാധിപത്യം അർത്ഥവത്താകുന്നത് അധികാരം പൗരരിൽ നിക്ഷിപ്തമാകുമ്പോഴാണ്. അധികാരം വ്യക്തികേന്ദ്രീകൃതമാകു മ്പോഴ ല്ല ഓരോരുത്തർക്കും അധികാരം അവരവരെ എത്തുക എന്നതിന് താല്പര്യമായിരിക്കും സമ്മതവുമാ യിരിക്കും. എന്നാൽ അധികാരം മറ്റുള്ളവർക്കു പങ്കുവയ്ക്ക പ്പെടുന്നതിൽ നാം വിമുഖരായിരിക്കും. രാഷ്ട്രതലത്തിലോ പ്രവിശ്യാതലത്തിലോ പ്രാദേശികതലത്തിലോ മാത്രമല്ല ഓരോ പൗരന്മാരിലേക്കും ജനാധികാരം വിന്യസിക്കപ്പെടുന്ന സമ്പ്രദായത്തെയാണ് അധികാര വികേന്ദ്രീകരണം എന്ന് വിളിക്കുക.

തന്റെ ജീവിതസാഹചര്യം എന്തായിരിക്കണം, അത് എങ്ങനെ വികസിക്കണം, അതിന് എന്തെല്ലാം വിഭവങ്ങൾ വിനി യോഗിക്കണം, ഏതെല്ലാം മാർഗ്ഗങ്ങൾ ഉപയോഗപ്പെടുത്തണം, എങ്ങനെ ആയിരിക്കണം തന്റെ അതിജീവനം, തന്റെ നിലനില്പ് മറ്റുള്ളവരുടെ നിലനില്പിനെയും മറിച്ചും എങ്ങനെയാണ് സ്വാധീനിക്കുക, തന്റെ ജീവിത സുരക്ഷയ്ക്കുള്ള ഉപാധികൾ എന്തെല്ലാമാണ്, അവ എങ്ങനെയാണ് പ്രാപ്യമാകുക എന്ന തെല്ലാം തീരുമാനിക്കപ്പെടുന്നതിൽ പൗരർക്ക് അവകാശവും അധികാരവും ഉറപ്പാക്കുന്ന ജനാധിപത്യ മാർഗ്ഗത്തെ അഥവാ കർമ്മ പദ്ധ തിയെ ആണ് അധികാര വികേന്ദ്രീകരണം എന്നതിനാൽ ഉദ്ദേശിക്കുന്നത്.

ജനാധിപത്യത്തിന്റെ അടിത്തറയാണ് 19-ാം നൂറ്റാണ്ടിൽ എ വി ഡൈസി (ബ്രിട്ടൻ) രൂപം നല്കിയ നിയമ വാഴ്ചാതത്ത്വം.

- ഭരണഘടനയുടെ പ്രഥമ സ്ഥാനവും നിയമവാഴ്ചയുടെ പരമ പ്രാധാന്യവും

- ഭരണഘടനയ്ക്കും നിയമവാഴ്ചയ്ക്കും മുന്നിൽ എല്ലാവരും തുല്യരും തുല്യപരിരക്ഷയ്ക്ക് അർഹരു മായിരിക്കും.

- നിയമ വാഴ്ചയുടെ പ്രത്യക്ഷ പരമാധികാര ഉപാധിയായി രിക്കും ഭരണഘടനാ നിയമം. മറ്റെല്ലാം ഭരണഘടന നയ്ക്കും വിധേയ പ്പെട്ടിരിക്കും.

മൗലികവും കേവലവും ആയി ഈ പ്രമാണങ്ങൾ നമുക്ക് മനസ്സിലാക്കാം. എന്നാൽ അവ നമുക്ക് അനുഭവവേദ്യ മാകുന്നുണ്ടോ? വാസ്തവത്തിൽ അനുഭവവേദ്യമാകാത്ത തത്ത്വത്തിന് എന്ത് പ്രസക്തി?

ഈ വിമർശനത്തിന്റെ പരിഹാരമായാണ് 1959 ലെ ദൽഹി പ്രഖ്യാപനം ഉണ്ടായത്. ഐക്യരാഷ്ട്ര സഭ മുൻകൈ എടുത്ത് വിളിച്ചു ചേർത്ത നിയമജ്ഞരുടെ സമ്മേളനമാണ് നിയമവാഴ്ചാ തത്ത്വത്തെ പ്രായോഗികവും അനുഭവവേദ്യമായി പുനർവാ യിക്കാൻ ഇടയാക്കിയത്. പൗര സമത്വം, തുല്യനീതി എന്നിവ യുടെയും നിയമ പരിരക്ഷയുടെയും ഭാഗമായി വിദ്യാഭ്യാസം, ഭക്ഷണം, വസ്ത്രം, ആരോഗ്യം, പാർപ്പിടം, തൊഴിൽ, വരുമാനം, പരിസ്ഥിതി തുടങ്ങിയവ ഉറപ്പാക്കപ്പെടുന്ന നിയമ വാഴ്ചയാ യിരിക്കണം പ്രാവർത്തികമാക്കേണ്ടത്. അതിനുതകുന്ന വിധം ജനാധിപത്യവ്യവസ്ഥയെ ശക്തിപ്പെടുത്തണം എന്നതാണ് ദൽഹി പ്രഖ്യാപനത്തിന്റെ കാതൽ.

ഇത്തരത്തിൽ ജനാധിപത്യ ഭരണ പ്രക്രിയയെ അർത്ഥ പൂർണ്ണവും അനുഭവവേദ്യവും ആക്കുന്നതിനുള്ള പ്രായോഗിക മാർഗ്ഗമായാണ് അധികാര വികേന്ദ്രീകരണം എന്ന ആശയം പ്രാവർത്തികമാക്കപ്പെട്ടത്. അതുകൊണ്ടുതന്നെ ആഗോളീ കരണത്തിന്റെയും, അവസ്ഥാന്തരത്തിന്റെയും അധിനിവേശ ത്തിന്റെയും പ്രായോഗിക ബദലായികൂടി അധികാര വികേ

ന്ദ്രീകരണമെന്ന ആശയം അംഗീകരിക്കപ്പെട്ടു.

ഒരു രാഷ്ട്രത്തിലെ അഥവാ സമൂഹത്തിലെ മുഴുവൻ പൗരരും പങ്കെടുക്കുന്ന അധികാര നിർവ്വഹണപ്രക്രിയയാണത്‌. തുല്യവും നീതിപൂർവ്വകവും സ്ഥായിത്വമുള്ളതുമായ പങ്കാളിത്തവും അവകാശവും അധികാരവും ഓരോ പൗരർക്കും ഉറപ്പാക്കുന്ന ഭരണ സമ്പ്രദായമാണ്‌ ഇത്‌.

ഒരർത്ഥത്തിൽ സമ്പൂർണ്ണ ജനകീയ ഭരണ സംവിധാന ത്തിലേക്കുള്ള ചവിട്ടുപടിയാണ്‌ ജനാധിപത്യ വികേന്ദ്രീ കരണം

- അറിയാനും അറിയിക്കാനും അറിയിക്കപ്പെടാനുള്ള അവസരം
- പൗരാവകാശങ്ങൾ പാലിക്കപ്പെടുന്നതിനുള്ള അവ സരം
- സമത്വം, തുല്യപരിരക്ഷ, നീതിപൂർവ്വകത എന്നിവ യ്ക്കുള്ള അവസരം
- നിരീക്ഷണ അവലോകന തിരുത്തൽ അവസരം
- പരാതികൾ കേൾക്കപ്പെടാനും ആവലാതികൾ പരിഹരിക്കപ്പെ ടാനും അവസരം
- തീരുമാനങ്ങളിൽ നഷ്ടോത്തരവാദിത്വ അവസരം
- ജനങ്ങളോട്‌ വിധേയപ്പെട്ടുള്ള പ്രാതിനിധ്യ അവസരം

തീരുമാനങ്ങൾ ചുരുക്കം ചിലരുടേതും അനുസരിക്കാൻ ബാദ്ധ്യത ജനസാമാന്യത്തിനും എന്നത്‌ ജനാധിപത്യ വിരുദ്ധമാണ്‌. ഭരിക്കപ്പെടുന്നവർക്കുമേൽ ഭരിക്കുന്നവർ പരമാധികാരികളാകുയയാണവിടെ സംഭവിക്കുക. ഇതിനിടയാ കാതെ അടിസ്ഥാനതലത്തിൽ ജനകീയാധികാര നടത്തിപ്പ്‌ ഉറപ്പാക്കുന്ന ഉദാത്തമായ വീക്ഷണവും ഉദ്യമവും ആണ്‌ ജനാധി പത്യ അധികാര വികേന്ദ്രീകരണം.

അപ്പോൾ, ഒരു ഉയർന്ന കേന്ദ്രീകൃതമായ അധികാരം വിഭജിച്ച്‌ താഴേക്ക്‌ വിന്യസിക്കലാണോ വികേന്ദ്രീകരണം. കേന്ദ്രത്തിലോ സംസ്ഥാനത്തിലോ നിക്ഷിപ്തമായ കുറേ അധികാരം പ്രാദേശിക തലത്തിലേക്ക്‌ കൊടുക്കുന്നതാണോ

വികേന്ദ്രീകരണം. അധികാരം ജനങ്ങളിലേക്ക് എന്ന പ്രയോഗം ഓർമ്മ വരുന്നില്ലേ, ആരുടെയോ ഔദാര്യമായി കുറേ അധികാരം താഴേക്ക് നല്കുകയാണത് അർത്ഥമാക്കുക. മുകളിലെ തട്ടിൽ നിറഞ്ഞശേഷം കവിഞ്ഞൊഴുകിയിറങ്ങുന്നതോ കിനിഞ്ഞിറങ്ങുന്നതോ ജനാധിപത്യ വികേന്ദ്രീകരണം അല്ല. മറിച്ച് "അധികാരം ജനങ്ങൾക്ക്" എന്നതായിരിക്കണം അടിസ്ഥാന പ്രമാണം. എന്ത്? എങ്ങനെ? എപ്പോൾ? എന്നെല്ലാം തീരുമാനിക്കാനും നടപ്പാക്കാനും അവലോകനം ചെയ്യാനും തിരുത്താനും പരിഷ്കരിക്കാനും നഷ്ടോത്തരവാദിത്വത്തിനും എല്ലാം ഉള്ള അധികാരം യഥാർത്ഥ പൗരസമൂഹ ജനതയിൽ നിക്ഷിപ്ത മാക്കുന്നതായിരിക്കും അധികാര വികേന്ദ്രീകരണത്തിന്റെ ഫലം. അപ്പോഴായിരിക്കും അധികാരം ജനങ്ങൾക്ക് എന്ന വാക്യം സാർത്ഥകമാകുക.

ഓരോ ഗ്രാമീണരും പൂർണ്ണമായ അധികാരമുള്ള ഒരു പഞ്ചായത്ത് സർക്കാരാകുക എന്നതാണ് നമ്മുടെ സ്വപ്നം.

തുടർപാഠം

- പ്രാദേശിക ഭരണ ചരിത്രം, നാട്ടറിവ് ശേഖരണവും രേഖപ്പെടു ത്തലും
- തിരുവിതാംകൂർ – കൊച്ചി – മലബാർ പ്രദേശങ്ങളിലെ തദ്ദേശ ഭരണ വികാസം, വിവരശേഖരണവും രേഖ പ്പെടുത്തലും
- ജനാധിപത്യ അധികാര വികേന്ദ്രീകരണം സംബന്ധിച്ച് മുതിർന്ന പൗരരുമായി ആശയ വിനിമയവും രേഖ പ്പെടുത്തലും
- നിയമവാഴ്ചയും ഭരണനിർവ്വഹണവും, പ്രഭാഷണവും സംവാദവും സംഘടിപ്പിക്കുക.
- വിവിധ രാജ്യങ്ങളിലെ ഭരണവ്യവസ്ഥ സംബന്ധിച്ച വിവര ശേഖരണം നടത്തുക.

2

പഞ്ചായത്തും സർക്കാരും

പഞ്ചായത്ത് എന്ന വാക്ക് കൂട്ടുകാർ കേട്ടിരിക്കും. ഉറപ്പ്, പല അർത്ഥത്തിൽ സന്ദർഭാനുസരണം ആ വാക്ക് ഉപയോഗിക്കാറുണ്ട്. അറബി അഥവാ പാഴ്സി പദപ്രയോഗമായ "പഞ്ചായതി" എന്ന വാക്കിന്റെ തത്ഭവമായ രൂപമാണ് ഇന്ന് നാം ഉപയോഗിക്കുന്ന പഞ്ചായത്ത്.

നാട്ടുകൂട്ടം, ദേശസഭ എന്നതിനെ സൂചിപ്പിക്കുന്നതാണ് ആ വാക്ക്. എന്തെങ്കിലും ഒരു വിഷയം പരിഗണിച്ച് ചർച്ച ചെയ്ത് തീരുമാനത്തിൽ എത്തുന്നതിനുള്ള സഭ അഥവാ യോഗ ത്തെയോ കൂട്ടത്തെയോ ആണ് പഞ്ചായത്ത് എന്നതിനാൽ ഉദ്ദേശിക്കുന്നത്. പഞ്ചായത്ത് കൂടുക എന്ന നാടൻ പ്രയോഗം കേട്ടിട്ടില്ലേ. അതുതന്നെ ഈ പദം അർത്ഥമാക്കുന്നത്.

വെറുതെ വെടി പറഞ്ഞിരിക്കുന്ന കൂട്ടരെ പരാമർശിച്ചും എന്താണൊരു പഞ്ചായത്ത് എന്ന് പ്രയോഗിക്കുന്നത് ശ്രദ്ധിച്ചി രിക്കുമല്ലോ, അത്തരം അലസ ഭാഷണ വേദിയല്ല ഇന്നത്തെ പ്രാദേശിക സർക്കാരായ പഞ്ചായത്ത്. ഭരണഘടനാപരമായ ജനപ്രതിനിധി സഭയാണ് ഇന്നത്തെ പഞ്ചായത്ത്.

പഴയ തിരുവിതാംകൂർ ചരിത്രം പരിശോധിക്കുക. ടി കെ വേലു പ്പിള്ള ട്രാവൻകൂർ സ്റ്റേറ്റ് മാന്വലിൽ രേഖപ്പെടുത്തുന്നത് രാജഭരണ കാലത്ത് ഇത്തരത്തിലുള്ള നാട്ടുകൂട്ടങ്ങളോ നാട്ടുകാരുടെ ജനസഭകളോ രാജപ്രമുഖർ തന്നെ വിളിച്ചു

ചേർത്തിരുന്നതായാണ്‌. മണ്ഡപത്തിൻ വാതിൽ എന്നാണവയ്ക്ക്‌ പേര്‌. നെടുമങ്ങാട്‌ കൊട്ടാരത്തിന്റെ (ഇപ്പോൾ ചരിത്രസ്മാരകം) കിഴക്കേ മുഖപ്പ്‌ ഇത്തരം യോഗ സ്ഥലമായിരുന്നത്രേ. നെയ്യാറ്റിൻകരയ്ക്ക്‌ സമീപം ഇപ്പോഴും മണ്ഡപത്തിൻ കടവ്‌ എന്ന സ്ഥലപ്പേര്‌ നിലനില്ക്കുന്നുണ്ട്‌.

കൊച്ചിയിലാകട്ടെ കോവിലകത്തിൻപടി എന്ന പേരിലാണ്‌ ഇത്തരം നാട്ടുകൂട്ടങ്ങൾ ചേർന്നിരുന്നത്‌. തമിഴ്‌നാട്ടിലും മറ്റും നാട്ടുപ്രമാണിമാരുടെ സംഗമവേദിയോ യോഗസ്ഥലമായോ ആയിട്ട്‌ ഇന്നും പഞ്ചായത്തുകൾ തുടരുന്നുണ്ട്‌. പലയിടങ്ങളിലും ന്യായാധികാരവും തർക്കപരിഹാര അധികാരവും ഇക്കൂട്ടർ ഉപയോഗിച്ചിരുന്നതായും കാണാം.

പഞ്ചായത്തും സർപഞ്ചും വടക്കേയിന്ത്യൻ സാംസ്കാരിക സൂചനതന്നെയാണ്‌. പഞ്ചായത്തിന്റെ തലവനാണ്‌ സർപഞ്ച്‌. ജാതി പഞ്ചായത്തുകളും ഖാപ്പഞ്ചായത്തുകളും ഇപ്പോഴും ചിലയിടങ്ങളിൽ തുടരുന്നുണ്ട്‌. സദാചാര പൊലീസിങ്ങും ദുരഭിമാനഹത്യയും നല്ലനടപ്പും മറ്റും ഇക്കൂട്ടർ ഇന്നും വച്ചു പുലർത്തിപ്പോരുന്നതും കാണാം. ജാതി-സമുദായ പഞ്ചായ ത്തോ ദണ്ഡനീതി വിധിക്കുന്ന ഖാപ്പഞ്ചായത്തോ ഭരണഘട നാപരമോ നിയമവിധേയമോ ആയി കരുതാനാവില്ല. നിർബ്ബ സ്ധമോ ഭയമോ ഭീഷണിയോ മൂലം ആളുകൾ വിധേയപ്പെടുന്നവ മാത്രമാണ്‌ അത്തരം പഞ്ചായത്തുകൾ.

തിരുവിതാംകൂറിന്റെ പില്‌ക്കാല ചരിത്രം പരിശോധിച്ചാൽ 13 ഇനം അധികാര ചുമതലകൾ ഏല്‌പിച്ചുകൊടുക്കപ്പെട്ട പഞ്ചായത്ത്‌ യൂണിയനുകൾ സംബന്ധിച്ച്‌ ട്രാവൻകൂർ സ്റ്റേറ്റ്‌ മാന്വൽ പരാമർശിക്കുന്നുണ്ട്‌. ഗ്രാമ റോഡുകളുടെ നിർമ്മാ ണവും വണ്ടിത്താവളങ്ങളുടെ സ്ഥാപനവും തുടങ്ങി പൊതു ജനാരോഗ്യവും പൊതുസ്ഥലത്തെ ശുചിത്വവും പ്രാഥമിക ശൗചാലയ നടത്തിപ്പുംവരെ ഇപ്രകാരം പഞ്ചായത്തുകൾക്ക്‌ ഏല്‌പിക്കപ്പെട്ടിരുന്നു.

ബ്രിട്ടീഷ്‌ ഭരണകാലത്തെ മലബാർ ചരിത്രം പഠിച്ചാൽ പ്രാദേശിക ഭരണചുമതല ജില്ലാഭരണ ബോർഡിൽ നിക്ഷിപ്ത മായിരുന്നതായി കാണാം. തിരഞ്ഞെടുക്കപ്പെട്ട ജനപ്രതി നിധികളടങ്ങുന്നതായിരുന്നു ജില്ലാഭരണ ബോർഡുകൾ. 1952

ൽ നിലവിലുണ്ടായിരുന്ന മലബാർ ഡിസ്ട്രിക്ട് ബോർഡിന്റെ അദ്ധ്യക്ഷനായിരുന്നു പി ടി ഭാസ്ക്കര പണിക്കർ. ഗ്രന്ഥശാലാപ്രസ്ഥാനം, സാക്ഷരതാപ്രസ്ഥാനം, ശാസ്ത്ര സാഹിത്യ പരിഷത്ത് മുതലായവയുടെ സ്ഥാപക നേതാവായിരുന്നു വാഗ്മിയും ഗ്രന്ഥകാരനുമായിരുന്ന പി ടി ഭാസ്ക്കര പണിക്കർ. ഒന്നാം കേരള മന്ത്രിസഭയിലെ മുഖ്യമന്ത്രി ഇ എം എസ് നമ്പൂതിരിപ്പാടിന്റെ പ്രൈവറ്റ് സെക്രട്ടറി കൂടിയായിരുന്നു. എലിമെന്ററി വിദ്യാഭ്യാസം മുതൽ പൊതുജനാരോഗ്യവും രോഗപ്രതിരോധവും ഉൾപ്പെടെ ചുമതലകൾ ഈ ഭരണ സമിതിയിൽ നിക്ഷിപ്തമായിരുന്നു.

റിപ്പൺ പ്രഭുവിന്റെ ഭരണകാലത്തെ നിയമ പരിഷ്കരണമാണ് പഞ്ചായത്തുകളെ പ്രാദേശിക ഭരണസ്ഥാപനങ്ങളായി നിയമ വിധേയമാക്കിയത്. 10 പഗോഡവരെ മൂല്യമുള്ള നീതിന്യായ തർക്കങ്ങൾ തീർപ്പാക്കാനുള്ള അധികാരം ഉൾപ്പെടെ അന്ന് പഞ്ചായത്തുകൾക്ക് ഉണ്ടായിരുന്നു.

ജനജീവിത വിഷയങ്ങൾ പരിഗണിച്ച്, ചർച്ച ചെയ്ത് നീതിന്യായ വിവേചനത്തോടെ തീരുമാനമെടുത്ത് നടപ്പാക്കാൻ കഴിയുന്ന പ്രാദേശിക ഭരണ സ്ഥാപനങ്ങളാണ് പഞ്ചായത്തുകൾ എന്ന് ചുരുക്കി പറയാനാകും.

ഇന്ത്യയിൽ മുമ്പ്‌ സംസ്ഥാന-കേന്ദ്ര സർക്കാരുകൾ ഏല്പിച്ചു കൊടുക്കുന്നതായ കൃത്യങ്ങൾ നിർവ്വഹിക്കുന്ന ഉപകരണങ്ങളായിരുന്നു പഞ്ചായത്തുകൾ. ഇപ്പോഴാകട്ടെ ഭരണഘടനാ പദവിയുള്ള പ്രാദേശിക സർക്കാരുകളാണ്‌ പഞ്ചായത്തുകൾ.

സർക്കാർ സംവിധാനം

ഭരണഘടന അനുസരിച്ചാണ്‌ നമ്മുടെ രാഷ്ട്രവും അതിന്റെ ഭരണകൂടവും സംവിധാനം ചെയ്തിരിക്കുന്നതും നിലവിൽ വന്നതും തുടരുന്നതും. ഭരണഘടനയുടെ വ്യവസ്ഥ പ്രകാരം ഭരണകൂടത്തിന്‌ മൂന്ന്‌ മുഖ്യസ്തംഭങ്ങളാകാമെന്ന്‌ മൊൺ ടെസ്‌ക്യൂ പ്രതിപാദിച്ചിരിക്കുന്നു. നിയമനിർമ്മാണം, നിയമനിർവ്വഹണം, ന്യായപരിപാലനം എന്നിങ്ങനെയാണ്‌ മൂന്ന്‌ ഘടകങ്ങൾ. ഇവയ്ക്കാകട്ടെ മുമ്പ്‌ കേന്ദ്ര- സംസ്ഥാന -പ്രാദേശിക തലങ്ങളിലുള്ള സ്ഥാപനഘടനയും നിർദ്ദേശിച്ചി രുന്നു. എന്നാൽ കാര്യനിർവ്വഹണത്തിലെ പ്രാദേശിക ഘടകങ്ങൾ എല്ലാ സംസ്ഥാനത്തും ഒരേപോലെ ആയിരുന്നില്ല രൂപപ്പെട്ടതും നടപ്പിലായതും.

ഭരണകാര്യ നടത്തിപ്പിനായുള്ള ഭരണാധികാര സംവിധാന ത്തെയാണ്‌ 'സർക്കാർ' എന്ന പദം അർത്ഥമാക്കുന്നത്‌. അതും തനി മലയാള പദമല്ല. അന്യഭാഷാ പദത്തെ നാം സ്വായത്ത മാക്കിയതാണ്‌. ഭരണഘടനാദത്തമായി ഇന്ത്യയിൽ കേന്ദ്ര-സം സ്ഥാന തട്ടുകളിലുള്ള സർക്കാരുകൾ രൂപപ്പെട്ടിരുന്നു. സർക്കാർ സംവിധാനത്തിൽ രണ്ട്‌ തരം അധികാരസ്ഥരുണ്ട്‌. ഒന്ന്‌ രാഷ്ട്രീയ ഭരണാധികാരസ്ഥർ. തിരഞ്ഞെ ടുക്കപ്പെടുന്ന ജനപ്രതിനിധികൾ ചേർന്ന്‌ അവർക്കിടയിൽ നിന്ന്‌ നിയോഗി ക്കുന്ന അധികാരസ്ഥരാണ്‌ ഈ വിഭാഗം. മന്ത്രിമാർ എന്ന്‌ ഇവർ അറിയപ്പെടുന്നു. മന്ത്രിസഭയ്ക്ക്‌ മാർഗ്ഗദർശിത്വം നല്കാനും മന്ത്രിസഭയുടെ നിയോഗമനുസരിച്ച്‌ കൃത്യങ്ങൾ അധികൃത മാക്കാനും ഭരണഘടനാ നിയമിതരായ രാഷ്ട്രപതിയും ഉപരാഷ്ട്രപതിയും ഗവർണർമാരും കേന്ദ്ര-സംസ്ഥാനതലത്തിൽ സർക്കാരുകളുടെ ഭാഗമായുണ്ട്‌. കാര്യ നടത്തിപ്പിനായി നിയമിക്കപ്പെടുന്ന ഉദ്യോഗസ്ഥാധികാരസ്ഥരാണ്‌ രണ്ടാമത്തെ

വിഭാഗം. എന്നാൽ തദ്ദേശഭരണം ഭരണഘടനയുടെ നയനിർ
ണ്ണയ പട്ടികയനുസരിച്ച് സംസ്ഥാന വിഷയമാകയാൽ സ്ഥിതി
യും സർക്കാർ നയവും അനുസരിച്ചാണ് പ്രാദേശിക സർക്കാ
രുകൾ രൂപം കൊണ്ടത്.

കേരളത്തിൽ ദീർഘകാലം ഗ്രാമപഞ്ചായത്തുകൾ മാത്രമാണ്
പ്രവർത്തിച്ചത്. 1989 ൽ ജില്ലാഭരണം മുൻനിർത്തി ജില്ലാ കൗൺ
സിലുകൾ രൂപീകരിക്കപ്പെട്ടെങ്കിലും അവ ഏതാനും വർഷം
മാത്രമെ തുടർന്നുള്ളൂ. ബംഗാളിൽ 1970 മുതൽ നാലു തട്ടുള്ള
പ്രാദേശിക ഭരണസംവിധാനം തുടർന്നു. മഹാരാഷ്ട്രയിൽ
അഞ്ച് തലങ്ങൾ കാണാം. കർണ്ണാടകത്തിലാകട്ടെ മൂന്ന്
തട്ടുകളാണ് ഉണ്ടായിരുന്നത്. കാൽനൂറ്റാണ്ടുകാലം പഞ്ചായ
ത്തുകൾ രൂപപ്പെടാതിരുന്ന സംസ്ഥാനങ്ങളും രാജ്യത്തുണ്ടായി
രുന്നു.

ഇപ്പോൾ രാജ്യത്ത് നിലവിലുള്ള ഭരണഘടന അനുസരിച്ച്
മൂന്ന് തട്ടുകളായാണ് സർക്കാരുകൾ പ്രവർത്തിക്കുന്നത്.
കേന്ദ്രസർക്കാർ ദേശീയതലത്തിൽ യൂണിയൻ ഓഫ് സ്റ്റേറ്റ് എന്ന
നിലയിൽ പ്രവർത്തിക്കുന്നു. രണ്ടാമത്തെ തട്ട് സംസ്ഥാന
സർക്കാരുകൾ ആണ്. അതിന് അടുത്ത തട്ടിൽ നാം
പ്രതീക്ഷിക്കുക ജില്ലാതല സർക്കാരുകളാണ്. എന്നാൽ ഇപ്പോൾ
വിവിധ സ്ഥാപനങ്ങൾ ഒരേസമയം പ്രവർത്തിക്കുന്ന തദ്ദേശഭ
രണതലമാണ് മൂന്നാമത്തെ തട്ടിലുള്ളത്.

തദ്ദേശ ഭരണ സംവിധാനം ഇപ്പോൾ ഗ്രാമീണമേഖലയും
നഗരപ്രദേശവും എന്ന് രണ്ടായി തിരിക്കപ്പെട്ടിരിക്കുന്നു.
ഗ്രാമീണമേഖലയിൽ പഞ്ചായത്ത്‌രാജ് സ്ഥാപനങ്ങളും
നഗരപ്രദേശങ്ങളിൽ നഗരപാലികാസ്ഥാപനങ്ങളുമാണ് 1993 ന്
ശേഷം പ്രവർത്തിച്ചു വരുന്നത്.

ഗ്രാമീണമേഖലയിൽ തന്നെ ഗ്രാമപഞ്ചായത്ത്- മദ്ധ്യതല
പഞ്ചായത്ത് - ജില്ലാപഞ്ചായത്ത് എന്നിങ്ങനെ മൂന്ന് സ്ഥാപ
നങ്ങൾ പരസ്പര ബന്ധിതമായി അതേസമയം സ്വതന്ത്രമായി
പ്രവർത്തിക്കുന്നു. നഗര പ്രദേശങ്ങളിലാകട്ടെ ജനസാന്ദ്രത,
വികസന സാദ്ധ്യത, സാമ്പത്തിക സ്ഥിതി, ഭൂവിസ്തൃതി
എന്നിവയെല്ലാം കണക്കിലെടുത്ത് ടൗൺപഞ്ചായത്ത്, മുനിസി
പ്പാലിറ്റി, നഗര കോർപ്പറേഷൻ, മെട്രോ കോർപ്പറേഷൻ മുതലായ

സ്ഥാപനങ്ങൾ സ്വതന്ത്ര സ്വഭാവത്തോടെ പ്രവർത്തിക്കുന്നു. ഇവയെ ആകെ ചേർത്ത് പരാമർശിക്കാവുന്ന പദമാണ് തദ്ദേശഭരണസ്ഥാപനങ്ങൾ എന്നത്. പൂർണ്ണ പരമാധികാര സ്ഥാപനങ്ങളായല്ല ഇവ വിഭാവനം ചെയ്യപ്പെട്ടിരിക്കുന്നത്. ഏല്പിക്കപ്പെട്ട രംഗങ്ങളായ വികസനം, ക്ഷേമം, നിർമ്മാണം, സുരക്ഷ, ഇവയ്ക്ക് അനുബന്ധമായ നിയന്ത്രണം എന്നീ മേഖലകളിൽ അനുവദനീയമായ സ്വയം ഭരണാധികാരമുള്ള പ്രാദേശിക ഭരണ സർക്കാരുകളാണ് ഇവ.

കേന്ദ്രം-സംസ്ഥാനം-തദ്ദേശഭരണം എന്ന് മേൽകീഴായ മൂന്ന് തട്ടു കളാണിന്ന് ഭരണഘടനാപരമായി സർക്കാർ സംവിധാനത്തിനുള്ളത്. തദ്ദേശഭരണത്തിലാകട്ടെ ഗ്രാമീണ മേഖലയിൽ ത്രിതല പഞ്ചായത്തു കളും നഗരപ്രദേശങ്ങളിൽ മൂന്നോ നാലോ തലത്തിലുള്ള നഗരപാലിക കളും തിരശ്ചീന തലത്തിലും സർക്കാരുകളായി പ്രവർത്തിക്കുന്നു.

ഇത്രയും മാത്രമായി ജനാധിപത്യ അധികാരവികേ ന്ദ്രീകരണം പൂർത്തിയാകുന്നുണ്ടോ? ശരിയായി പറഞ്ഞാൽ പൂർത്തിയാകുന്നില്ല.

ഓരോ ഗ്രാമപഞ്ചായത്തിലെയും നഗരഭരണ സ്ഥാപന ത്തിലെയും ഓരോ നിയോജകമണ്ഡലത്തിലെയും (ഭരണഘട നയനുസരിച്ച് ഗ്രാമത്തിലെയും വാർഡിലെയും) നിലവിലുള്ള വോട്ടർ പട്ടികയിൽ പേർ ചേർക്കപ്പെട്ടിട്ടുള്ള എല്ലാ വോട്ടർമാരും ഉൾക്കൊള്ളുന്ന ജനാധിപത്യസഭ നിർദ്ദേശിച്ചിരിക്കുന്നു. ഇതിനെയാണ് ഗ്രാമസഭ അഥവാ വാർഡ്സഭ എന്ന് വിളി ക്കുന്നത്. ഭരണഘടനയും നിയമവ്യവസ്ഥയും അനുശാസി ക്കുന്ന അവകാശങ്ങളും അധികാരങ്ങളും ഉത്തരവാദിത്വങ്ങളും ഉള്ള ജനസഭയായി പ്രവർത്തിക്കുന്ന ഈ സംവിധാനമാണിന്ന് ഇന്ത്യയിലെ ജനാധിപത്യ വ്യവസ്ഥയുടെ പ്രാഥമിക അടിസ്ഥാ നതലം. ഗ്രാമസഭ/വാർഡുസഭ യഥാവിധി പ്രവർത്തനക്ഷമം ആകുമ്പോൾ തീരുമാനങ്ങൾ എടുക്കാനും നടപ്പാക്കാനും അവലോകനത്തിനും ഉള്ള ജനാധിപത്യാധികാരം പൗരരിലേക്ക് എത്തിച്ചേരും. പ്രത്യക്ഷ-പങ്കാളിത്ത ജനാധിപത്യ വേദിയായി ഇത്തരം ജനസഭകളെ മാറ്റാൻ വേണ്ടുന്ന ശ്രമമാണ് നടക്കേ ണ്ടത്.

ഗ്രാമസഭയുടെയും പ്രാദേശികസർക്കാരിന്റെയും പ്രസക്തി യും സാധ്യതയും ആവശ്യകതയും കുട്ടികൾ, സ്ത്രീകൾ, യുവാക്കൾ, ദുർബ്ബലവിഭാഗങ്ങൾ തുടങ്ങിയവരെയെല്ലാം ബോദ്ധ്യപ്പെടുത്തുകയും എല്ലാ പൗരരെയും ജനാധിപത്യ പ്രക്രിയയിൽ പങ്കാളികളാക്കുകയും ചെയ്യുന്ന നിർണ്ണായകമായ ഉദ്യമം ഉണ്ടാകേണ്ടിയിരിക്കുന്നു.

തുടർപാഠം

- ഇന്ത്യയിലെ ഭരണ സംവിധാനത്തിന്റെ ചുവർചിത്രം തയ്യാറാക്കുക

- ഭരണകാര്യ നടത്തിപ്പിൽ ചുമതലപ്പെട്ടവരുടെയും ഭരിക്ക പ്പെടുന്ന വരുടെയും പരസ്പര ബന്ധം സംബന്ധിച്ച വിഷയ വൃക്ഷം രൂപപ്പെടുത്തുക.

- ഓരോ തലത്തിലെയും രാഷ്ട്രീയ ഭരണാധികാരികൾ ഉദ്യോഗസ്ഥ ഭരണാധികാരികൾ എന്നിവരെ സംബ ന്ധിച്ച രേഖാചിത്രം തയ്യാറാക്കി വിശദീകരണ കുറിപ്പെഴുതുക.

- ജനാധിപത്യവും ജനസമൂഹവും സംബന്ധിച്ച പ്രായോഗിക ബന്ധം ചർച്ചയും അഭിപ്രായരൂപീകര ണവും.

- പ്രാദേശിക സർക്കാർ സാദ്ധ്യതയും പരിമിതിയും സംബന്ധിച്ച്‌ തല്പരരായവർക്കിടയിൽ അഭിപ്രായ സർവ്വേയും നിഗമന റിപ്പോർട്ട്‌ രൂപീകരണവും നട ത്തുക.

3
പഞ്ചായത്ത്‌രാജ് – നാഴികക്കല്ലുകൾ

തിരുവിതാംകൂർ-കൊച്ചി-മലബാർ പ്രദേശങ്ങളിൽ വ്യത്യസ്ത ഘടനയും സ്വഭാവവും അധികാരവും ഉള്ള തദ്ദേശ ഭരണസ്ഥാപ നങ്ങളായിരുന്നു ഉണ്ടായിരുന്നത്. 1952-56 കാലയളവിൽ ദ്വയാംഗ പഞ്ചായത്തുകൾ (പൊതുസ്ഥാനാർ ത്ഥിയും പട്ടികജാതി/പട്ടികവർഗ്ഗ സംവരണ സ്ഥാനാർത്ഥിയും ഉൾപ്പെടുന്ന) പ്രവർത്തിച്ചു. 1980 ൽ വനിതകൾക്കായി ഒരു നാമനിർദ്ദേശം ചെയ്യപ്പെട്ട അംഗത്വവും നിലവിൽ വന്നു. 1959 ൽ ജില്ലാ ഭരണസ്ഥാപന നിയമത്തിനു രൂപം നല്കിയെങ്കിലും പ്രാവർത്തികമായില്ല. 1976 ൽ ജില്ലാ കൗൺസിൽ നിയമം നിയമസഭ അംഗീകരിച്ചെങ്കിലും നടപ്പാക്കാനായില്ല. 1989 ൽ ജില്ലാ കൗൺസിൽ നിയമം പരിഷ്കരിച്ച് നടപ്പിലാക്കാൻ കഴിഞ്ഞു. 1993 ആയപ്പോഴേയ്ക്കും ജില്ലാകൗൺസിലുകൾ പ്രവർത്തന രഹിതമായി. 1994 ൽ പഞ്ചായത്ത്‌രാജ് – നഗരസഭാ നിയമങ്ങൾ വഴി സംസ്ഥാനത്ത് ഇന്നു കാണുന്ന തദ്ദേശ ഭരണസംവിധാനം നിലവിൽ വന്നു.

തദ്ദേശഭരണം ഉദ്ദേശിച്ച് വിവിധ കമ്മിറ്റികൾ കേരളത്തിൽ വിവിധ ഘട്ടങ്ങളിൽ നിയമിക്കപ്പെട്ടു. അവയുടെ ശുപാർശകൾ പ്രാദേശിക ഭരണ നടത്തിപ്പിൽ ഏറെ സഹായകമായി. 1959 ൽ ഇ എം എസ് നമ്പൂതിരിപ്പാട് അദ്ധ്യക്ഷനായിരുന്ന 1-ാം

ഭരണപരിഷ്കരണ സമിതി, 1968 ൽ എം കെ വെള്ളോടി ചെയർമാനായിരുന്ന 2-ാം ഭരണപരിഷ്കരണ സമിതി, 1999 ൽ ഇ കെ നയനാർ അദ്ധ്യക്ഷനായിരുന്ന 3-ാം ഭരണപരിഷ്ക്കണ സമിതി എന്നിവ ഇതിൽ പ്രധാന പങ്ക്‌ വഹിച്ചു. മുനിസിപ്പൽ ഭരണ സംബന്ധിയായി നിയോഗിക്കപ്പെട്ട അബുക്കാദർ അബു ക്കാദർ കുട്ടി നഹകമ്മിറ്റിയും ശ്രദ്ധേയമായിരുന്നു. 1989 ലെ വി രാമചന്ദ്രൻ കമ്മിറ്റിയും (ജില്ലാ കൗൺസിൽ ഭരണ സംബ സ്ധിയായി പ്രവർത്തിച്ച്‌) 1996 സത്യബ്രതസെൻ അദ്ധ്യക്ഷനായി നിയോഗിക്കപ്പെട്ട അധികാര വികേന്ദ്രീകരണ കമ്മിറ്റിയും 2009 ൽ നിയോഗിക്കപ്പെട്ട ഡോ. എം എ ഉമ്മൻകമ്മിറ്റിയും സമർപ്പിച്ച നിർണ്ണായക നിർദ്ദേശങ്ങൾ തദ്ദേശ ഭരണ മേഖലയിൽ ഗൗരവമായ മാറ്റങ്ങൾക്ക്‌ ഇട നല്കി. കേരളത്തിലെ 4-ാം ഭര ണപരിഷ്കരണ കമ്മിറ്റിയായി നിയോഗിക്കപ്പെട്ടിട്ടുള്ള വി എസ്‌ അച്ചുതാനന്ദൻ കമ്മിറ്റിയുടെയും പ്രധാന പരിഗണനാ മേഖല കളിൽ ഒന്ന്‌ തദ്ദേശഭരണ രംഗമാണ്‌.

അപ്പോഴെല്ലാം തദ്ദേശഭരണ സംബന്ധമായി നിർണ്ണായ കമായി നിലനിന്ന ഭരണഘടനാ വ്യവസ്ഥ അനുഛേദം 40 ആണ്‌. 4-ാം ഭാഗത്തായതിനാൽ രാഷ്ട്രനയ നിർദ്ദേശക തത്വമാണ്‌ ഈ അനുച്ഛേദം. തദ്ദേശസ്വയംഭരണസ്ഥാപനങ്ങളുടെ ഘടകമായി പ്രവർത്തിക്കാൻ തക്കതായ അവകാശവും അധികാരവും ഉറപ്പാക്കിക്കൊണ്ട്‌ വില്ലേജ്‌ പഞ്ചായത്തുകൾക്ക്‌ രൂപം നല്കാനുള്ള ഉത്തരവാദിത്വം രാഷ്ട്രത്തിനുണ്ടെന്നതാണ്‌ അനുച്ഛേദം 40 ന്റെ ഉള്ളടക്കം. ഇന്ന്‌ കൂട്ടുകാർക്ക്‌ പരിചയമുള്ള ത്രിതല പഞ്ചായത്ത്‌ 1950 ൽ ഈ ഭരണഘടനാ തത്വം ഉൾപ്പെടുത്തു മ്പോൾ നിർദ്ദേശിക്കപ്പെട്ടിരുന്നില്ല എന്ന്‌ മനസ്സിലായല്ലോ.

ഭരണ ഘടനയിലെ 7-ാം പട്ടികയുടെ 2-ാം ശ്രേണിയിലെ 5-ാം ഇനം അനുസരിച്ച്‌ തദ്ദേശഭരണം സംസ്ഥാന വിഷയമായി വ്യവസ്ഥപ്പെടുത്തിയിരിക്കുന്നു. നഗര മുനിസിപ്പാലിറ്റികൾ, കോർപ്പറേഷനുകൾ ഗ്രാമ (വില്ലേജ്‌) ഭരണ സ്ഥാപനങ്ങൾ, വികസന ട്രസ്റ്റുകൾ, ഖനന പുനരധിവാസ കേന്ദ്രങ്ങൾ, തുടങ്ങിയ പ്രാദേശികഭരണ സ്ഥാപനങ്ങളുടെ രൂപീകരണം,

വ്യവസ്ഥാപനം, നിർവ്വഹണം എന്നിവയ്ക്കുള്ള ഉത്തരവാദിത്വം സംസ്ഥാനങ്ങളിൽ നിക്ഷിപ്തമായിരിക്കുന്നു.

അതായത് തദ്ദേശസ്വയംഭരണസ്ഥാപനങ്ങൾക്ക് രൂപം നല്കേണ്ട തും പ്രവർത്തിപ്പിക്കേണ്ടതും രാഷ്ട്രത്തിന്റെയും സംസ്ഥാനത്തിന്റെയും പൊതുവായതും സവിശേഷമായിട്ടുള്ള തുമായ ബാദ്ധ്യതയായി ഭരണഘടന അനുശാസിക്കുന്നു.

ഇതിന്റെ ചുവടുപിടിച്ചാണ് പ്രാദേശിക ജനസമൂഹങ്ങളുടെ സാമൂഹ്യാവശ്യങ്ങൾ മുൻനിർത്തിയുള്ള ചുമതലകളും ഉത്തരവാദിത്വങ്ങളും തദ്ദേശഭരണസ്ഥാപനങ്ങൾക്ക് ഏല്പിച്ചു കൊടുത്തത്. എന്നാലിതിന് എല്ലാ സംസ്ഥാനങ്ങളിലും ഐക്യരൂപ്യം ഉണ്ടായിരുന്നില്ല. 1948 ൽ തന്നെ ഉത്തർപ്രദേശിൽ പഞ്ചായത്ത് നിയമം അംഗീകരിച്ച് അതനുസരിച്ചുള്ള തിരഞ്ഞെ ടുപ്പ് നടത്തി. കേരളത്തിൽ 1962 ൽ പഞ്ചായത്ത് നിയമവും 1963 ൽ മുനിസിപ്പാലിറ്റി നിയമവും നിലവിൽ വന്നു. എന്നാൽ സംസ്ഥാന സർക്കാരിന്റെ നിർവ്വഹണ സ്ഥാപനങ്ങൾ മാത്രമായി രുന്നു വില്ലേജ് പഞ്ചായത്തുകളും മുനിസിപ്പാലിറ്റികളും.

1954 മാർച്ചിൽ തദ്ദേശഭരണ സ്ഥാപന കൗൺസിലിന് രൂപം നല്കിയതോടെ ഇന്ത്യയിലൊട്ടാകെ 98255 ഗ്രാമപഞ്ചായത്തുകൾ നിലവിൽ വന്നു. ഇതിന് തുടർച്ചയായി ഗ്രാമവികസന ലക്ഷ്യം മുൻനിർത്തി ദേശീയോദ്ഗ്രഥന ബ്ലോക്കുകൾക്കും രൂപം നൽകപ്പെട്ടു.

1958 ൽ രാജ്യത്തെ പ്രാദേശിക ഭരണ സ്ഥാപനങ്ങളെയും അവയുടെ ഗ്രാമവികസന പ്രവർത്തനങ്ങളെയുംപറ്റി പഠിക്കാൻ ബൽവന്താറായ് മേഹ്ത്ത അദ്ധ്യക്ഷനായ സമിതി നിയോഗി ക്കപ്പെട്ടു. ഗ്രാമ- ബ്ലോക്ക്-ജില്ലാ ഘടകങ്ങളായി ത്രിതലഗ്രാമ തലത്തിൽ തിരഞ്ഞെടുപ്പും മറ്റു രണ്ടു തലത്തിൽ നിർദ്ദിഷ്ട പ്രാതിനിധ്യവും വ്യവസ്ഥപ്പെടുത്തിക്കൊണ്ട്) പഞ്ചായത്തുകൾ സ്ഥാപിക്കാനുള്ള കമ്മിറ്റി ശുപാർശയ്ക്ക് 1958 ൽ തന്നെ ദേശീയ വികസന കൗൺസിൽ അംഗീകരണം ലഭിച്ചു.

എന്നാൽ ഈ ശുപാർശകൾക്ക് വേണ്ടത്ര നിർവ്വഹണ പ്രാപ്തിയുണ്ടായില്ല. ഇരുപത് വർഷങ്ങൾക്കു ശേഷം 1978 ൽ വീണ്ടും തദ്ദേശഭരണസ്ഥാപന സംബന്ധിയായ പഠനത്തിനും ശുപാർശയ്ക്കുമായി അശോക് മേഹ്ത്ത ചെയർമാനായ

കമ്മിറ്റിയെ കേന്ദ്ര സർക്കാർ നിയോഗിച്ചു. പഞ്ചായത്തുകളുടെ പ്രവർത്തനത്തിന് ഭരണ ഘടനാ അംഗീകാരം നല്കുക, ജില്ലാ ആസൂത്രണ ബോർഡുകൾ രൂപീകരിക്കുക, ഗ്രാമ തലത്തിലും രണ്ടിലേറെ ഗ്രാമങ്ങൾ ചേർന്ന് മണ്ഡല തലത്തിലും ദ്വിതല പഞ്ചായത്തുകൾ രൂപീകരിക്കുക, ഓരോ തലത്തിലും നേരിട്ട് തിരഞ്ഞെടുപ്പു നടത്തുക, തുടങ്ങിയ ശുപാർശകൾ അശോക് മേഹ്ത്ത കമ്മിറ്റി സമർപ്പിച്ചു. അവയും പ്രാവർത്തികമാക്ക പ്പെട്ടില്ല.

1983 ൽ കർണാടകത്തിൽ ത്രിതല പഞ്ചായത്തുകൾ, ന്യായ പഞ്ചായത്ത്, 10 ശതമാനം വനിതാപ്രാതിനിധ്യം മുതലായ വ്യവസ്ഥകൾ ഉൾക്കൊള്ളുന്ന പഞ്ചായത്ത് രാജ് സംവിധാനം നിർദ്ദേശിച്ചുള്ള നിയമം നിലവിൽ വന്നു. 1989 ൽ കേരളം ജില്ലാ കൗൺസിൽ നിയമം പ്രാവർത്തികമാക്കി. റവന്യൂ ജില്ലാതല ത്തിൽ അധികാരമുള്ള ജനപ്രതിനിധി സഭകൾ രൂപം കൊണ്ടു. കളക്ടർമാർ ജില്ലാ ഭരണകൂട ത്തിന്റെ സെക്രട്ടറിമാരായി നിയോഗിക്കപ്പെട്ടു.

ഈ അനുഭവങ്ങൾ മുന്നിൽകണ്ട് എൽ എം സിംഗ്വി കമ്മിറ്റിയെ കേന്ദ്രസർക്കാർ നിയോഗിച്ചു. അധികാര വികേന്ദ്രീക രണത്തെപ്പറ്റി സിംഗ്വി കമ്മിറ്റി നല്കിയ ശുപാർശ കണക്കി ലെടുത്ത് 1989 ൽ കേന്ദ്രപാർലമെന്റിൽ 64-ാം ഭരണഘടന ഭേദഗതി നിർദ്ദേശം-പഞ്ചായത്ത് രാജ് ബിൽ- അവതരി പ്പിക്കപ്പെട്ടു.

സംസ്ഥാന വിഷയത്തിൽ കേന്ദ്രം ഭരണഘടന ഭേദഗതി ചെയ്യുന്നത് സംബന്ധിച്ച് ക്രമപ്രശ്നം ഉന്നയിക്കപ്പെട്ടു. ഒപ്പം കണക്കു പരിശോധനയ്ക്കായി കൺട്രോളർ ആന്റ് ഓഡിറ്റർ ജനറലിനെ ഏല്പിക്കുന്നത്, തിരഞ്ഞെടുപ്പ് കേന്ദ്ര തിരഞ്ഞെടുപ്പ് കമീഷനെ ഏല്പിക്കുന്നത്, ദേശീയ സർക്കാർഫണ്ടുകൾ നേരിട്ട് കളക്ടർമാർ വഴി വിതരണം ചെയ്യുന്നത് എന്നിവ ഉൾപ്പെടെ നിയമത്തിന്റെ വകുപ്പുകളുടെ ന്യായവും ചോദ്യം ചെയ്യപ്പെട്ടു. ലോക്സഭ അംഗീകരിച്ചെങ്കിലും രാജ്യസഭ 64-ാം ഭരണ ഘടനാ ഭേദഗതി വോട്ടിനിട്ട് നിരാകരിച്ചു. 1989 ൽ പഞ്ചായത്ത് രാജ് നിയമനിർമ്മാണ ശ്രമം വിജയിച്ചില്ല.

തുടർന്ന്‌ 1992 ൽ ജി വി കെ റാവു കമ്മിറ്റിയുടെ ശുപാർശകൾ കൂടി പരിഗണിച്ച്‌ ചട്ടക്കൂട്‌ നിയമ നിർദ്ദേശമായി ഇന്ന്‌ ഭരണഘടനയിൽ ഉൾക്കൊള്ളുന്ന 72,73 ഭേദഗതി നിയമങ്ങൾ പാർലമെന്റിൽ പരിഗണന യ്ക്കായി സമർപ്പിക്കപ്പെട്ടു. വിശദമായ നിയമനിർമ്മാണാധികാരവും അവസരവും ഉത്തരവാദിത്വവും സംസ്ഥാന നിയമസഭകൾക്ക്‌ നിലനിർത്തിയുള്ള ഭേദഗതി ആകയാൽ ക്രമപ്രശ്നം പരിഹൃതമായി. പകുതിയിലധികം സംസ്ഥാന നിയമസഭകൾ അംഗീകരിച്ചതോടെ ഭേദഗതികൾ സാധൂകരിക്കപ്പെട്ടു. 1993 ൽ രാഷ്ട്രപതിയുടെ അംഗീകാര ത്തോടെ 73,74 ഭരണഘടനാ ഭേദഗതികൾ നിലവിൽ വന്നു. 73-ാം ഭരണഘടനാ ഭേദഗതി പഞ്ചായത്ത്‌ രാജ്‌ നിയമം എന്നറിയപ്പെട്ടു. ഗ്രാമപ്രദേശങ്ങളാണ്‌ ആ നിയമപരിധിയിൽ ഉൾപ്പെടുത്തപ്പെട്ടത്‌. 74-ാം ഭരണഘടനാ ഭേദഗതി നിയമം നഗരപാലികാ നിയമം എന്നറിയപ്പെട്ടു. നഗരപ്രദേശങ്ങളുടെ ഭരണ സ്ഥാപന ങ്ങളാണതിൽ വിവക്ഷിച്ചിട്ടുള്ളത്‌.

1992 ഡിസംബർ 22 ന്‌ ലോക്‌സഭയും ഡിസംബർ 23 ന്‌ രാജ്യ സഭയും അംഗീകരിച്ച നിയമങ്ങൾക്ക്‌ 1993 ഏപ്രിൽ 20 ന്‌ രാഷ്ട്രപതിയുടെ അംഗീകാരം ലഭിച്ചു. തുടർന്ന്‌ ഒരു വർഷത്തിനകം സംസ്ഥാനങ്ങൾ വിപുലവും വിശദവുമായ നിയമങ്ങൾക്ക്‌ രൂപം നല്കണമെന്നതായിരുന്നു നിർദ്ദേശം. അതനുസരിച്ച്‌ 1994 ഏപ്രിൽ 23 ന്‌ അർദ്ധരാത്രിവരെ സമ്മേളിച്ച കേരള നിയമസഭ ഭരണഘടനാനുസൃതമായ കേരള പഞ്ചായത്ത്‌ രാജ്‌-മുനിസിപ്പാലിറ്റി നിയമങ്ങൾ അംഗീകരിച്ചു. ഇതോടെ തദ്ദേശഭരണസ്ഥാപനങ്ങൾ ഭരണഘടനാപദവിയുള്ള ഭരണ സ്ഥാപന ങ്ങളായി മാറി.

വികസനം, ക്ഷേമം, സുരക്ഷ, നിർമ്മാണം, നിയന്ത്രണം എന്നീ രംഗങ്ങളിൽ പരിമിത സ്വയം ഭരണാധികാരത്തോടെ തദ്ദേശഭരണ സ്ഥാപനങ്ങൾ നിലവിൽ വന്നു. നിയമ-നയ രൂപീകരണം, നീതി-ന്യായ വിധി നിർണ്ണയം എന്നിവയ്ക്കുള്ള അധികാരങ്ങൾ തദ്ദേശ ഭരണ സ്ഥാപനങ്ങൾക്ക്‌ ഏല്പിക്ക പ്പെട്ടില്ല. കേന്ദ്ര-സംസ്ഥാന സർക്കാരുകളുടെ മാർഗ്ഗ നിർദ്ദേശ ത്തിനും നയനിയന്ത്രണത്തിനും വിധേയമായി പ്രവർത്തി ക്കാനുള്ള അവസരം തദ്ദേശ ഭരണ സ്ഥാപനങ്ങൾക്ക്‌ ലഭിച്ചു.

ഗുണ-ദോഷ സമ്മിശ്രമായ ഈ മാറ്റത്തിന്റെ ഫലം
ഗുണങ്ങൾ

- തദ്ദേശഭരണ സ്ഥാപനങ്ങൾ ഭരണ ഘടനാപരമായി മാറി.
- ഏകീകൃത ഘടനയും രൂപവുമുള്ള തദ്ദേശഭരണം നില വിൽ വന്നു
- സമയബന്ധിത തിരഞ്ഞെടുപ്പ്‌ വ്യവസ്ഥാപിതമായി
- തിരഞ്ഞെടുപ്പ്‌ ചുമതലയുള്ള സംസ്ഥാന തിര ഞ്ഞെടുപ്പ്‌ കമ്മീഷൻ നിർദ്ദേശിക്കപ്പെട്ടു.
- പട്ടികജാതി-പട്ടികവർഗ വിഭാഗത്തിന്‌ ജനസംഖ്യാ നുപാതിക പ്രാതിനിധ്യം ഉറപ്പാക്കി.
- വനിതകൾക്ക്‌ 33.33 ശതമാനം നിർബ്ബന്ധിത പ്രാതിനി ധ്യം ഉണ്ടായി.

- ഗ്രാമസഭകൾ/വാർഡ്‌ സഭകൾ അടിസ്ഥാന ജനാധിപത്യ സ്ഥാപനം ആയി സ്ഥാപിക്കപ്പെട്ടു.
- 29 വിഷയങ്ങൾ പഞ്ചായത്ത്‌ രാജ്‌ നിയമത്തിലും 18 വിഷയങ്ങൾ നഗരപാലിക നിയമത്തിലും ഉൾപ്പെടുത്തി 11,12 പട്ടികകൾ വഴി തദ്ദേശഭരണ സ്ഥാപനങ്ങൾക്ക്‌ നിജപ്പെടുത്തി.
- ജില്ലാ ആസൂത്രണ സമിതികൾ ഭരണഘടനാപരമായി മാറി.
- സംസ്ഥാന ധന കമീഷൻ വ്യവസ്ഥാപിതമായി
- കാര്യനിർവ്വണ സംവിധാനം നിർദ്ദേശിക്കപ്പെട്ടു.
- ഏകാംഗീകൃത ഭരണ സമിതി സാദ്ധ്യമായി.

ദോഷങ്ങൾ

- ഗ്രാമ-നഗര വിഭജനം കൃത്രിമമായി
- റവന്യൂ ജില്ലാതല സങ്കല്പനം നിരാകരിക്കപ്പെട്ടു
- ത്രിതല ഗ്രാമഭരണവും ബഹുതല നഗര ഭരണവും നിർവ്വഹണ ആവർത്തനത്തിന്‌ അവസരമായി
- ജില്ലാ ആസൂത്രണ സമിതി യാന്ത്രികമായി
- നിർബ്ബന്ധിത-സവിശേഷ പ്രാതിനിധ്യം യാന്ത്രികമായി
- കൈമാറ്റിയ വിഷയങ്ങളിൽ സംസ്ഥാന-കേന്ദ്ര നിയന്ത്രണം തുടരുന്നു.
- ഭരണ-പ്രതിപക്ഷ വേർതിരിവ്‌ പ്രതികൂലമായി
- ഗ്രാമസഭകൾ യാന്ത്രികമായി

ഈ പ്രശ്നങ്ങൾ പരിഹരിച്ച്‌ പ്രായോഗിക പ്രാദേശിക സർക്കാരുകൾ ഭരണഘടനാപരമാക്കാൻ കഴിയേണ്ടതായുണ്ട്‌. ഇപ്പോൾ കേരള സംസ്ഥാന സർക്കാർ നിയോഗിച്ചിട്ടുള്ള ഡോ. സി പി വിനോദ്‌ കമ്മിറ്റിക്ക്‌ ഈ ദിശയിലുള്ള പരിഷ്കരണത്തിന്‌ വഴിയൊരുക്കാനാകും എന്ന്‌ കരുതാം. അനവധി അധികാര കേന്ദ്രങ്ങൾ ഉണ്ടാക്കുകയല്ല, ഇന്നുള്ള കേന്ദ്രീകൃതാധികാരത്തെ അപകേന്ദ്രീകൃതമാക്കുകയാണ്‌ വേണ്ടതെന്ന ഇ എം എസിന്റെ വാചകം ഓർക്കുക.

തുടർപാഠം

- കാലഗണന പ്രകാരം കേരളത്തിൽ നിലനിന്ന തദ്ദേശ ഭരണ രീതികൾ – വിവരശേഖരണവും രേഖപ്പെടുത്തലും

- കേരള സംസ്ഥാന രൂപീകരണശേഷം തദ്ദേശഭരണ സംബന്ധിയായി നിയോഗിക്കപ്പെട്ട കമ്മിറ്റികൾ-കമീഷനുകൾ എന്നിവയെപ്പറ്റി വിവരശേഖരണവും രേഖപ്പെടുത്തലും

- അധികാര വികേന്ദ്രീകരണ സംബന്ധിയായി ഇന്ത്യാഗവൺമെന്റ് നിയോഗിച്ച വിവിധ പഠനസമിതികൾ– വിവരശേഖരണവും രേഖപ്പെടുത്തലും

- ഇന്ത്യയിൽ 1993 ന് മുമ്പും പിമ്പും നിലനിന്ന വിവിധ തദ്ദേശ ഭരണ നിയമങ്ങളുടെ സവിശേഷതകളുടെ താരതമ്യ വിശകലന പത്രിക തയ്യാറാക്കുക.

- പഞ്ചായത്ത് രാജ്‌–നഗരപാലിക നിയമങ്ങളുടെ നേട്ട-കോട്ട വിശകലനപത്രിക തയ്യാറാക്കുക.

4
പഞ്ചായത്ത്‌രാജ് നിയമം ചെറുപരിചയം

പഞ്ചായത്ത് രാജ് നിയമ നിർദ്ദേശത്തിന്റെ കാരണവും പശ്ചാത്തലവും ലക്ഷ്യവും ഭരണഘടനാഭേദഗതിയുടെ ആമുഖത്തിൽ ചേർക്കുന്നുണ്ട്. 73-ാം ഭരണഘടനാ ഭേദഗതി നിയമത്തിന്റെ പീഠിക അനുസരിച്ച്

- ഭരണഘടനയുടെ 4-ാം ഭാഗം 40-ാം അനുച്ഛേദത്തിന്റെ പ്രായോ ഗിക സാധൂകരണം

- ഏകീകൃതവും സമഗ്രവും ആയ തദ്ദേശഭരണ വ്യവ സ്ഥാപനം എല്ലാ സംസ്ഥാനത്തും ബാധകമാക്കുക.

- ത്രിതല പഞ്ചായത്ത് രാജ്-ബഹുതല നഗരപാലിക ഭരണസംവിധാനം സ്ഥാപിതമാക്കുക.

മുമ്പ് നിയോഗിക്കപ്പെട്ട കമ്മിറ്റികൾ, കമീഷനുകൾ എന്നിവയുടെ പഠന നിഗമനങ്ങൾ, മറ്റു രാജ്യങ്ങളിലെ തദ്ദേശഭരണ സംവിധാനങ്ങൾ, സംസ്ഥാനങ്ങളിലെ നിലവിലു ണ്ടായിരുന്ന തദ്ദേശഭരണ സ്ഥാപനങ്ങളുടെ പ്രവർത്തനാനു ഭവങ്ങൾ എന്നിവയാണ് 1993 ലെ 73-74 ഭരണഘടനാ ഭേദ ഗതിയുടെ പശ്ചാത്തലമായത്.

അടിസ്ഥാനപരമായ ചില തത്വങ്ങൾ ഈ നിയമത്തിന് പിന്നിൽ അറിഞ്ഞിരിക്കേണ്ടതുണ്ട്.

● **പരിമിത സ്വയംഭരണാധികാരതത്വം**

രാഷ്ട്രഭരണ സംബന്ധിയായി ഏതൊരു വിഷയത്തിലും അന്തിമ തീർപ്പെടുക്കാനുള്ള പരമമായ അധികാരം തദ്ദേശഭരണ സ്ഥാപനങ്ങ ൾക്കില്ല. ഏല്‍പ്പിക്കപ്പെടുന്ന വിഷയങ്ങളിൽ അനുവദനീയമായ അളവി ലുള്ള പരിമിത പരമാധികാരം മാത്രമാണ്‌ പ്രാദേശിക സർക്കാരു കൾക്കുള്ളത്‌.

● **ലംബ-തിരശ്ചീന പാരസ്പര്യതത്വം**

കേന്ദ്ര-സംസ്ഥാന-തദ്ദേശഭരണ തലങ്ങൾ തമ്മിൽ ലംബ തലത്തിലും പഞ്ചായത്ത്‌ രാജ്‌ സ്ഥാപനങ്ങൾ തമ്മിൽ തിരശ്ചീന തലത്തിലും ഉള്ള പാരസ്പര്യവും ബന്ധവും പ്രാതിനിധ്യവും എന്നതാണ്‌ ഈ തത്വത്തിന്റെ ഉള്ളടക്കം.

● **ഒഴിവുകഴിവ്‌ തത്വം**

താഴേതലം പ്രാഥമിക ജനാധിപത്യതലമായിട്ട്‌ പ്രത്യക്ഷ ഭരണപ്രക്രിയയിൽ പരമാവധി കർത്തവ്യങ്ങളും, തുടർന്നുള്ള ഓരോ തലത്തിലും തട്ടിലും തൊട്ടുതാഴെ സ്ഥാപനത്തിന്‌ ഏല്‍പിക്കപ്പെട്ടവ ഒഴികെയുള്ള അധികാരവും ചുമതലയും ഉത്തരവാദിത്വവും, ഏല്‍പിച്ചുകൊടുക്കുക എന്നതാണ്‌ ഈ തത്വം.

● **ശാഖികാതത്വം**

ഉയർന്ന തട്ട്‌ സ്ഥാപനം കീഴ്ത്തട്ട്‌ സ്ഥാപനങ്ങളെ സംരക്ഷിക്കുക, സഹായിക്കുക, പ്രോത്സാപ്പിക്കുക, പിൻതു ണയ്ക്കുക, മേൽനോട്ടം നടത്തുക, തിരുത്തലുകൾ നടത്തുക എന്നിവ ഉറപ്പാക്കി സദ്ഭരണം സാധിതമാക്കാനാകുകയാണ്‌ ഈ തത്വം.

● **സദ്ഭരണ തത്വം**

ജനാധിപത്യ പ്രക്രിയയിലെ സുതാര്യത, പൗരാവകാശം, സേവനാവകാശം, സാമൂഹ്യാവലോകനം, പരാതിപരിഹാരം, നഷ്ടോത്തരവാദിത്വം, തിരുത്തൽ പ്രക്രിയ എന്നിവ സാധിത മാക്കുന്നതാണ്‌ സദ്ഭരണ തത്വം

● നഷ്ടോത്തരവാദിത്വതത്വം

ഭരണാധികാര സഭയുടെ തീർപ്പുകളുടെ ക്രമാനുഗതസ്വഭാവ സംബന്ധിയായി കാര്യനിർവ്വഹണാധികാരസ്ഥർക്ക്‌ വിമർശനാ ത്മകമായി പ്രതികരിക്കാനും ക്രമാനുഗത തീരുമാനം ബാധകമാക്കാത്തപക്ഷം നഷ്ടോത്തരവാദിത്വബാധിത സ്ഥാപിതമാക്കാനുമുള്ള പ്രമാണം

● പ്രത്യക്ഷജനാധിപത്യ തത്വം

തൃണമൂലതലത്തിൽ ജനങ്ങളോട്‌ നേരിട്ട്‌ ഇടപെടുന്ന ജനാധിപത്യ സ്ഥാപനങ്ങളായ തദ്ദേശഭരണ സ്ഥാപനങ്ങളിൽ പൗരരുടെ പങ്കാളിത്തവും സമൂഹത്തിന്റെ ഉടമസ്ഥതയും ജനകീയ നിരീക്ഷണവും സാമൂഹ്യാവലോകനവും ഉറപ്പാക്കുക യെന്ന തത്വം

● നിർവ്വഹണ നിരീക്ഷണ സമ്പ്രദായം

തദ്ദേശഭരണ സ്ഥാപനങ്ങളുടെ സമയബന്ധിത നിർവ്വഹണ നിരീക്ഷണവും സ്വയം തിരുത്തലും സാധിതമാക്കുന്നതിനുള്ള നിർബ്ബന്ധിത നിരീക്ഷണ സംവിധാനം ഏർപ്പെടുത്തുക എന്ന വ്യവസ്ഥ

73-ാം ഭരണഘടനാ ഭേദഗതിയിൽ നിർവ്വചിക്കുന്നത്‌ ഗ്രാമസഭ, ഗ്രാമപഞ്ചായത്ത്‌, മദ്ധ്യതല പഞ്ചായത്ത്‌, ജില്ലാ പഞ്ചായത്ത്‌ എന്നീ ഘടകങ്ങളാണ്‌. ഇവയുടെ ഭൂപരിധി, ജനസംഖ്യാവിഭജനം മുതലായവ സംബന്ധിച്ച വിജ്ഞാപനം ഗവർണർ പുറപ്പെടുവിക്കണമെന്നും പരാമർശിക്കുന്നു.

ഓരാ ഗ്രാമത്തിനും അതതിടത്തെ മുഴുവൻ വോട്ടർമാരും ഉൾക്കൊള്ളുന്നതും നിർണ്ണയിക്കപ്പെട്ട അധികാരാവകാശങ്ങൾ ചുമതലകളുള്ളതും ആയ ഗ്രാമസഭ വ്യവസ്ഥ ചെയ്തിരിക്കുന്നു.

ഗ്രാമ-മദ്ധ്യതല-ജില്ലാപഞ്ചയാത്തുകളുടെ നിശ്ചിത നിയോജക മണ്ഡല അടിസ്ഥാനത്തിലുള്ള രൂപീകരണം, അദ്ധ്യക്ഷന്മാരുടെ തിരഞ്ഞെടുപ്പ്‌, നിർബ്ബന്ധിത പ്രാതിനിധ്യം,

മുതലായവയും പ്രവർത്തന കാലങ്ങളും വ്യവസ്ഥപ്പെടുത്തുന്നു. സമയബന്ധിത തിരഞ്ഞെടുപ്പ് നിർബ്ബന്ധിതമാക്കുകയും അതിന് സംസ്ഥാന തിരഞ്ഞെടുപ്പ് കമീഷനെ നിയോഗിക്കുകയും ചെയ്യുന്നു. സ്ഥാനാർത്ഥികളുടെയും അംഗങ്ങളുടെയും യോഗ്യത, അയോഗ്യത എന്നിവ വ്യവസ്ഥപ്പെടുത്തുന്നു. തദ്ദേശഭരണ സ്ഥാപനം വഴി ബാധകമാക്കാവുന്ന നികുതികൾ, നികുതിയിതര വരുമാന സാദ്ധ്യതകൾ എന്നിവ വ്യവസ്ഥ പ്പെടുത്തുന്നു. തദ്ദേശഭരണ സ്ഥാപനങ്ങളുടെ വരുമാനം ചെലവ് എന്നിവ പഠിച്ച് ശുപാർശ ചെയ്യുന്നതിന് സംസ്ഥാന ധനകമീ ഷന് നിർദ്ദേശം നല്കുന്നു. തദ്ദേശഭരണ സ്ഥാപന കണ ക്കുകളുടെ ഓഡിറ്റ് സംവിധാനം വ്യവസ്ഥപ്പെടുത്തുന്നു. വികേന്ദ്രീകൃത വികസനാസൂത്രണ നടത്തിപ്പിനായി ജില്ലാ ആസൂത്രണ സമിതിയും നിർദ്ദേശിക്കുന്നതാണ്. 73, 74 ഭരണഘടനാ ഭേദഗതികൾ.

ഇതിനനുസരിച്ച് കേരളത്തിലെ തദ്ദേശഭരണ സ്ഥാപന ങ്ങളെ സംബന്ധിച്ച് വ്യവസ്ഥ ചെയ്യുന്നവയാണ് കേരള പഞ്ചായത്ത്‌രാജ് നിയമവും കേരളമുനിസിപ്പാലിറ്റി നിയമവും. 1994 ന് ശേഷം വിവിധ ഘട്ടങ്ങളിൽ നിർദ്ദേശിക്കപ്പെട്ട ഭേദഗതി നിയമങ്ങൾ അനുസരിച്ചുള്ള പരിഷ്കരണ വ്യവസ്ഥകൾ കൂടി ഇതിൽ ചേർത്ത് വായിക്കണം. 1996, 1999,2000, 2005, 2009, 2013 മുതലായ വർഷങ്ങളിൽ കൂട്ടിച്ചേർക്കപ്പെട്ടതും മാറ്റം വരുത്തി യതുമായ നിയമവ്യവസ്ഥകൾ ഇതിൽ പ്രധാനപ്പെട്ടവയാണ്. ഈ കാര്യങ്ങൾ ലളിതമായും വേഗത്തിലും മനസ്സിലാക്കാനുതകുന്ന സചിത്രവിവരണങ്ങൾ ഇതിനൊപ്പം ചേർക്കുന്നു.

1995 ഒക്ടോബർ 2 ന് കേരളത്തിൽ ഇത് അനുസരിച്ചുള്ള ആദ്യ തദ്ദേശഭരണ സമിതികൾ തിരഞ്ഞെടുക്കപ്പെട്ട് അധികാര മേറ്റെടുത്തു. 2015 ഡിസംബർ 1 ന് ഈ ഗണത്തിൽപെട്ട 5-ാം തലമുറ ഭരണ സമിതികൾ പ്രവർത്തനം ആരംഭിച്ചിരി ക്കുകയാണ്. ഇരുപത് വർഷങ്ങളിലെ അനുഭവവും അറിവും ആർജ്ജിച്ച് ഇവ തുടർന്ന് പ്രവർത്തിക്കേണ്ടതുണ്ട്.

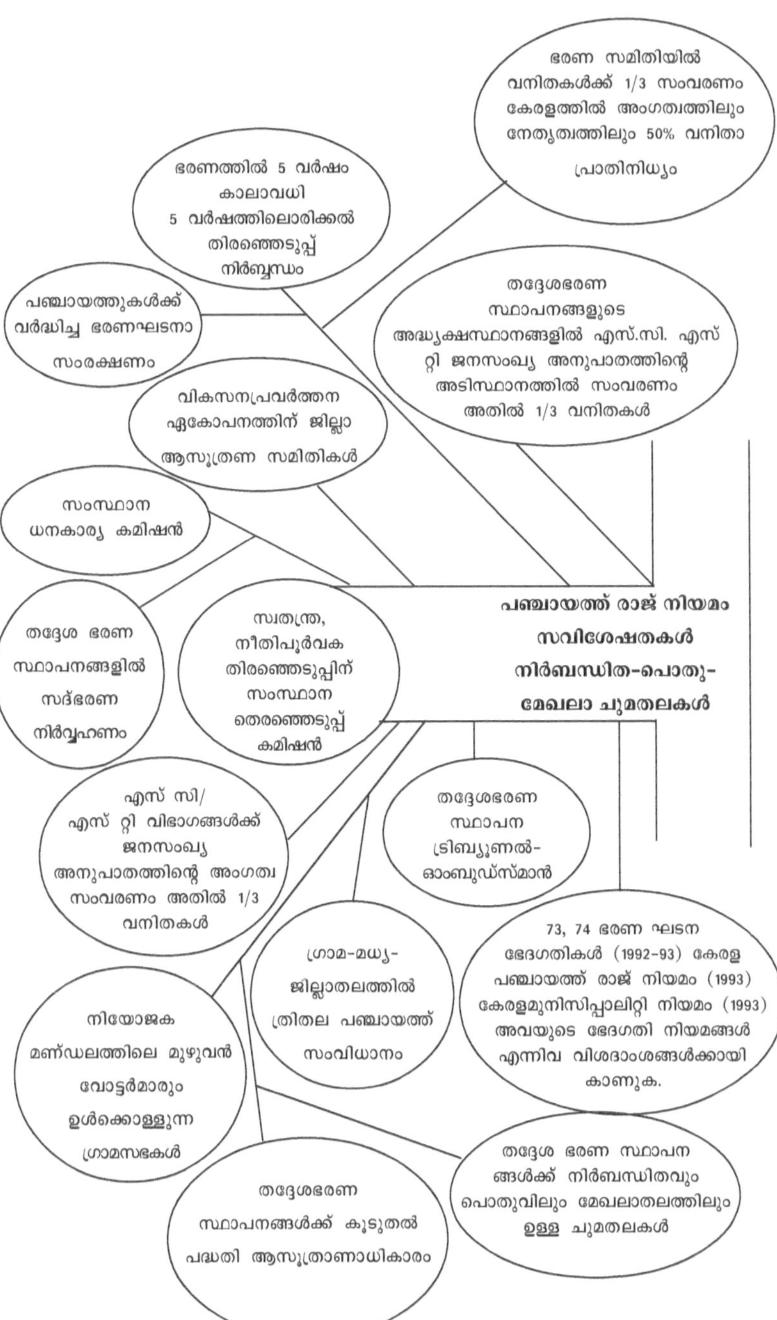
ഭരണ സമിതിയിൽ വനിതകൾക്ക് 1/3 സംവരണം കേരളത്തിൽ അംഗത്വത്തിലും നേതൃത്വത്തിലും 50% വനിതാ പ്രാതിനിധ്യം
ഭരണത്തിൽ 5 വർഷം കാലാവധി 5 വർഷത്തിലൊരിക്കൽ തിരഞ്ഞെടുപ്പ് നിർബ്ബന്ധം
പഞ്ചായത്തുകൾക്ക് വർദ്ധിച്ച ഭരണഘടനാ സംരക്ഷണം
തദ്ദേശഭരണ സ്ഥാപനങ്ങളുടെ അദ്ധ്യക്ഷസ്ഥാനങ്ങളിൽ എസ്.സി. എസ് റ്റി ജനസംഖ്യ അനുപാതത്തിന്റെ അടിസ്ഥാനത്തിൽ സംവരണം അതിൽ 1/3 വനിതകൾ
വികസനപ്രവർത്തന ഏകോപനത്തിന് ജില്ലാ ആസൂത്രണ സമിതികൾ
സംസ്ഥാന ധനകാര്യ കമിഷൻ
തദ്ദേശ ഭരണ സ്ഥാപനങ്ങളിൽ സദ്ഭരണ നിർവ്വഹണം
സ്വതന്ത്ര, നീതിപൂർവക തിരഞ്ഞെടുപ്പിന് സംസ്ഥാന തെരഞ്ഞെടുപ്പ് കമിഷൻ
പഞ്ചായത്ത് രാജ് നിയമം സവിശേഷതകൾ നിർബന്ധിത-പൊതു- മേഖലാ ചുമതലകൾ
എസ് സി/ എസ് റ്റി വിഭാഗങ്ങൾക്ക് ജനസംഖ്യ അനുപാതത്തിന്റെ അംഗത്വ സംവരണം അതിൽ 1/3 വനിതകൾ
തദ്ദേശഭരണ സ്ഥാപന ട്രിബ്യൂണൽ- ഓംബുഡ്സ്മാൻ
നിയോജക മണ്ഡലത്തിലെ മുഴുവൻ വോട്ടർമാരും ഉൾക്കൊള്ളുന്ന ഗ്രാമസഭകൾ
ഗ്രാമ-മധ്യ- ജില്ലാതലത്തിൽ ത്രിതല പഞ്ചായത്ത് സംവിധാനം
73, 74 ഭരണ ഘടന ഭേദഗതികൾ (1992-93) കേരള പഞ്ചായത്ത് രാജ് നിയമം (1993) കേരളമുനിസിപ്പാലിറ്റി നിയമം (1993) അവയുടെ ഭേദഗതി നിയമങ്ങൾ എന്നിവ വിശദാംശങ്ങൾക്കായി കാണുക.
തദ്ദേശഭരണ സ്ഥാപനങ്ങൾക്ക് കൂടുതൽ പദ്ധതി ആസൂത്രാണാധികാരം
തദ്ദേശ ഭരണ സ്ഥാപന ങ്ങൾക്ക് നിർബന്ധിതവും പൊതുവിലും മേഖലാതലത്തിലും ഉള്ള ചുമതലകൾ

ട്രിബ്യൂണൽ
ഓംബുഡ്സ്മാൻ
ഗ്രാമസഭകൾ
ജനപങ്കാളിത്തം
പരാതി പരിഹാരം
ഘടക സ്ഥാപനങ്ങൾ
കേരള പഞ്ചായത്ത്‌ രാജ്‌ രത്നച്ചുരുക്കം
സദ്ഭരണം
ഭരണനിർവ്വഹണം
ധനവിനിയോഗം
ജില്ലാ ആസൂത്രണ സമതി
സംസ്ഥാന ധനകാര്യ കമ്മീഷൻ
സംസ്ഥാന തെരഞ്ഞെടുപ്പു കമ്മീഷൻ

ധനവിനിയോഗം

30 മുതൽ 40% വരെയുള്ള സംസ്ഥാന ബഡ്ജറ്റ് വിഹിതം
പ്രാദേശിക/തനത് വിഭവ സമാഹരണത്തിന് അധികാരം ഫണ്ട്
വിനിയോഗത്തിൽ അവശ്യ മാർഗ്ഗ നിർദ്ദേശങ്ങളോടെയുള്ള സ്വാതന്ത്ര്യം.
ബഡ്ജറ്റുകൾ, ഉപനിയമങ്ങൾ, ഉത്തരവുകൾ, വികസനരേഖ പദ്ധതികൾ,
റിപ്പോർട്ടുകൾ എന്നിവ തയ്യാറാക്കൽ ചുമതല
സേവനപ്രദാനം സ്ഥാപനനടത്തിപ്പ് പ്രവർത്തന അവലോകനം
തദ്ദേശഭരണ ഓംബുഡ്സ്മാൻ തീർപ്പ് ബാധകം
11 മുതൽ 17 സ്ഥാപനങ്ങളും ഉദ്യോഗസ്ഥരെയും കൈമാറി.
സ്ഥാപനതല/തദ്ദേശഭരണ സ്ഥാപനതല റിവ്യൂ
നടത്തിപ്പ് ചുമതല തദ്ദേശഭരണ സ്ഥാപനങ്ങൾക്ക്
പൗരാവകാശ രേഖ, അറിയാനുള്ള അവകാശം, സാമൂഹ്യ അവലോകനം,
പരാതി, പരിഹാരം തദ്ദേശഭരണ ട്രിബ്യൂണൽ, റിവ്യൂ-റിവിഷൻ സ്ഥാപനം
അധികാര ഉത്തരവാദിത്വങ്ങൾ നിർവ്വഹിക്കാൻ സംവിധാനങ്ങൾ

ഘടക സ്ഥാപനങ്ങൾ

ഏല്പിക്കപ്പെട്ട
അധികാര-ഉത്തരവാദിത്വങ്ങൾ
നിർവ്വഹിക്കാൻ സംവിധാനങ്ങൾ/
സ്ഥാപനങ്ങളും 11 മുതൽ 17 വരെ
സ്ഥാപനങ്ങൾ ജീവനക്കാരെയും കൈമാറി,
നടത്തിപ്പ് ചുമതല തദ്ദേശഭരണ സ്ഥാപനങ്ങൾക്ക്.
സ്റ്റാൻഡിങ് കമ്മിറ്റികൾ ധനകാര്യം,
വികസനകാര്യം, ക്ഷേമകാര്യം പൊതുഭരണം,
വികസനം, ക്ഷേമകാര്യം, മുതലായവയുടെ
നിർവ്വഹണാധികാരം, ബൈലാ നിർമ്മാണം,
തർക്കപരിഹാരം തുടങ്ങിയ ചുമതലകൾ

വിശദവിവരങ്ങൾക്ക്
പഞ്ചായത്ത് രാജ് ശാഖക
ളിലൂടെ സഞ്ചരിക്കാം

ഭരണചക്രം

പ്രസിഡന്റ് വൈസ്പ്രസിഡന്റ് സ്റ്റിയറിങ് കമ്മിറ്റി
നിശ്ചയിക്കപ്പെടുന്ന എണ്ണം സ്റ്റാൻഡിങ് കമ്മിറ്റികൾ,
പ്രവർത്തക കമ്മിറ്റികൾ, ദുരിതാശ്വാസ സബ് കമ്മിറ്റി, ഇതര
സബ് കമ്മിറ്റികൾ, കർമ്മസമിതികൾ, ജനപ്രതിനിധികൾ
ഒരു പേര്, ഒരു മുദ്ര ഒരു വ്യക്തിത്വം ഒരു ആസ്ഥാനം
എന്നിവയുൾപ്പെടെയുള്ള ഏകാംഗീകൃതനികായ സ്ഥാപനം
അനിവാര്യ ചുമതലകൾ, പൊതുചുമതലകൾ, മേഖലാചുമതലകൾ
വികസന ക്ഷേമകാര്യ നിർവ്വഹണ ചുമതലകൾ എന്നിവ ഭരമേൽപ്പിക്കപ്പെട്ട
ഭരണ സമിതി അയൽക്കൂട്ടം, ഗ്രാമസഭ, യുവജനക്ഷേമ കേന്ദ്രം,
കുടുംബശ്രീ എന്നിവയുടെ ഏകോപന കേന്ദ്രം

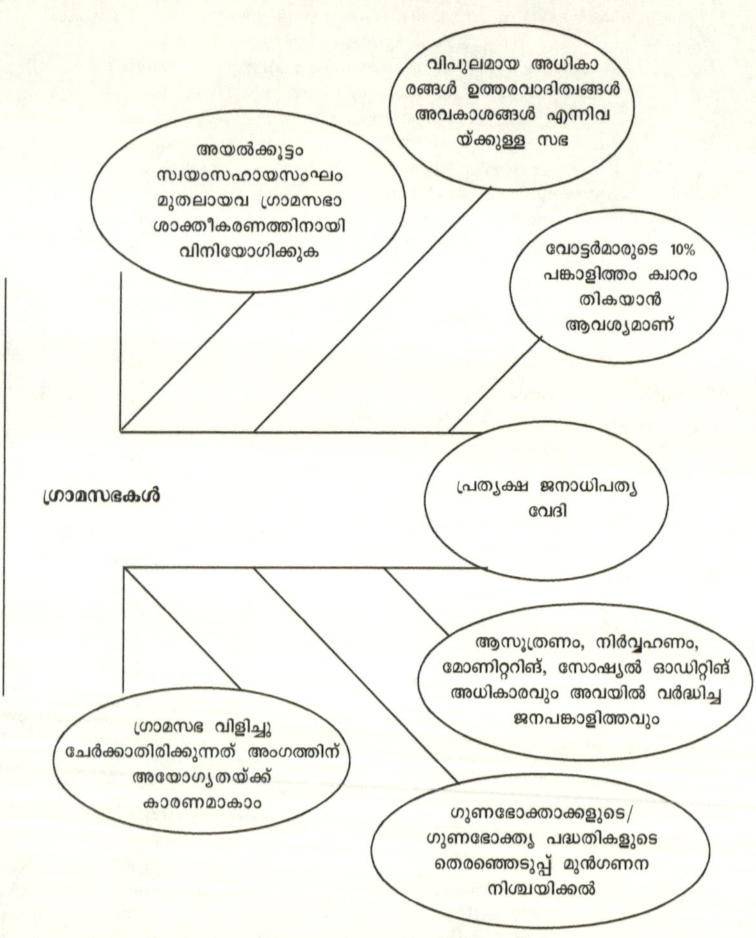

വിപുലമായ അധികാ രങ്ങൾ ഉത്തരവാദിത്വങ്ങൾ അവകാശങ്ങൾ എന്നിവ യ്ക്കുള്ള സഭ
അയൽക്കൂട്ടം സ്വയംസഹായസംഘം മുതലായവ ഗ്രാമസഭാ ശാക്തീകരണത്തിനായി വിനിയോഗിക്കുക
വോട്ടർമാരുടെ 10% പങ്കാളിത്തം ക്വാറം തികയാൻ ആവശ്യമാണ്
ഗ്രാമസഭകൾ
പ്രത്യക്ഷ ജനാധിപത്യ വേദി
ആസൂത്രണം, നിർവ്വഹണം, മോണിറ്ററിങ്, സോഷ്യൽ ഓഡിറ്റിങ് അധികാരവും അവയിൽ വർദ്ധിച്ച ജനപങ്കാളിത്തവും
ഗ്രാമസഭ വിളിച്ചു ചേർക്കാതിരിക്കുന്നത് അംഗത്തിന് അയോഗ്യതയ്ക്ക് കാരണമാകാം
ഗുണഭോക്താക്കളുടെ/ ഗുണഭോക്തൃ പദ്ധതികളുടെ തെരഞ്ഞെടുപ്പ് മുൻഗണന നിശ്ചയിക്കൽ

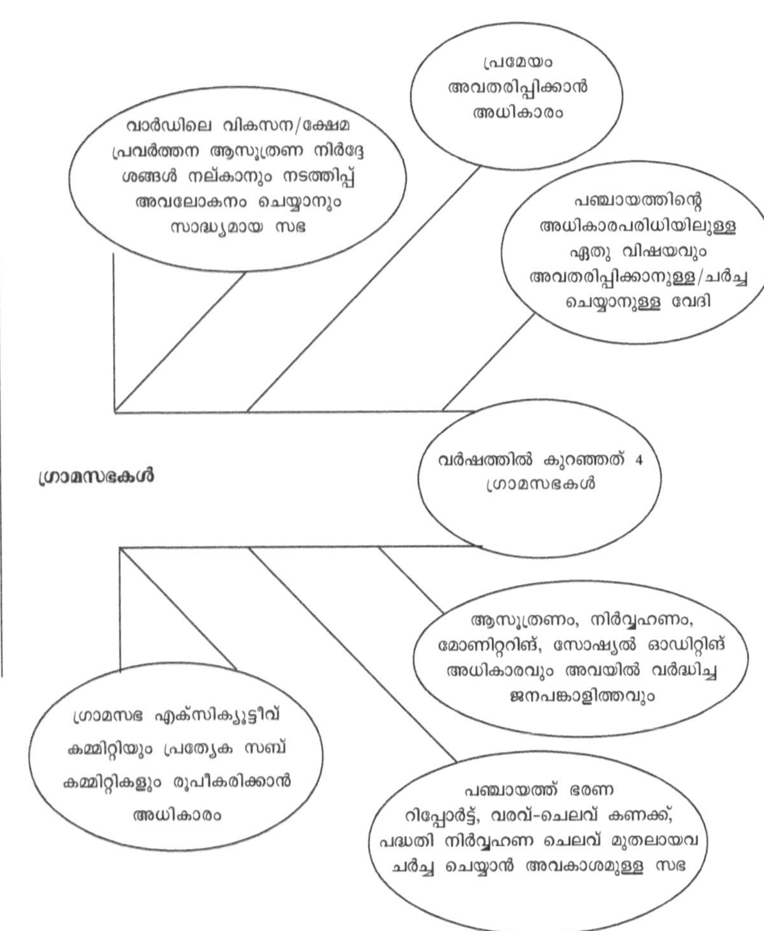
പ്രമേയം അവതരിപ്പിക്കാൻ അധികാരം
വാർഡിലെ വികസന/ക്ഷേമ പ്രവർത്തന ആസൂത്രണ നിർദ്ദേശങ്ങൾ നല്കാനും നടത്തിപ്പ് അവലോകനം ചെയ്യാനും സാദ്ധ്യമായ സഭ
പഞ്ചായത്തിന്റെ അധികാരപരിധിയിലുള്ള ഏതു വിഷയവും അവതരിപ്പിക്കാനുള്ള/ചർച്ച ചെയ്യാനുള്ള വേദി
ഗ്രാമസഭകൾ
വർഷത്തിൽ കുറഞ്ഞത് 4 ഗ്രാമസഭകൾ
ആസൂത്രണം, നിർവ്വഹണം, മോണിറ്ററിങ്, സോഷ്യൽ ഓഡിറ്റിങ് അധികാരവും അവയിൽ വർദ്ധിച്ച ജനപങ്കാളിത്തവും
ഗ്രാമസഭ എക്സിക്യൂട്ടീവ് കമ്മിറ്റിയും പ്രത്യേക സബ് കമ്മിറ്റികളും രൂപീകരിക്കാൻ അധികാരം
പഞ്ചായത്ത് ഭരണ റിപ്പോർട്ട്, വരവ്-ചെലവ് കണക്ക്, പദ്ധതി നിർവ്വഹണ ചെലവ് മുതലായവ ചർച്ച ചെയ്യാൻ അവകാശമുള്ള സഭ

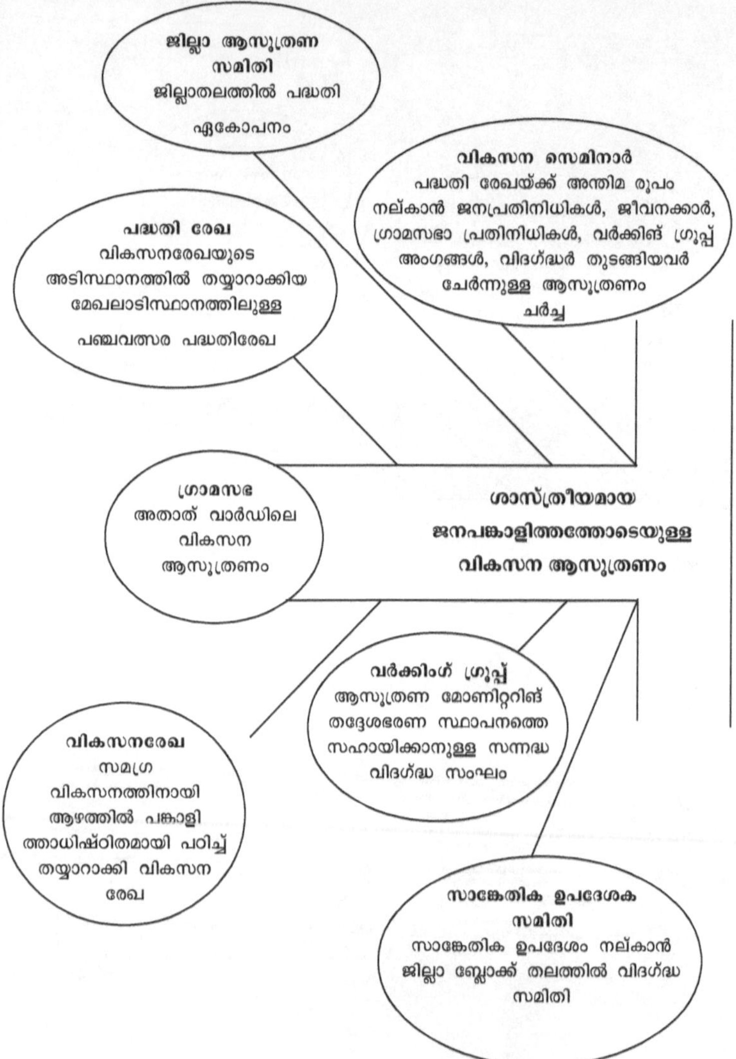
ജില്ലാ ആസൂത്രണ സമിതി
ജില്ലാതലത്തിൽ പദ്ധതി ഏകോപനം
വികസന സെമിനാർ
പദ്ധതി രേഖയ്ക്ക് അന്തിമ രൂപം നല്കാൻ ജനപ്രതിനിധികൾ, ജീവനക്കാർ, ഗ്രാമസഭാ പ്രതിനിധികൾ, വർക്കിങ് ഗ്രൂപ്പ് അംഗങ്ങൾ, വിദഗ്ദ്ധർ തുടങ്ങിയവർ ചേർന്നുള്ള ആസൂത്രണം ചർച്ച
പദ്ധതി രേഖ
വികസനരേഖയുടെ അടിസ്ഥാനത്തിൽ തയ്യാറാക്കിയ മേഖലാടിസ്ഥാനത്തിലുള്ള പഞ്ചവത്സര പദ്ധതിരേഖ
ഗ്രാമസഭ
അതാത് വാർഡിലെ വികസന ആസൂത്രണം
ശാസ്ത്രീയമായ ജനപങ്കാളിത്തത്തോടെയുള്ള വികസന ആസൂത്രണം
വർക്കിംഗ് ഗ്രൂപ്പ്
ആസൂത്രണ മോണിറ്ററിങ് തദ്ദേശഭരണ സ്ഥാപനത്തെ സഹായിക്കാനുള്ള സന്നദ്ധ വിദഗ്ദ്ധ സംഘം
വികസനരേഖ
സമഗ്ര വികസനത്തിനായി ആഴത്തിൽ പങ്കാളിത്താധിഷ്ഠിതമായി പഠിച്ച് തയ്യാറാക്കി വികസന രേഖ
സാങ്കേതിക ഉപദേശക സമിതി
സാങ്കേതിക ഉപദേശം നല്കാൻ ജില്ലാ ബ്ലോക്ക് തലത്തിൽ വിദഗ്ദ്ധ സമിതി

തദ്ദേശഭരണ ഓംബുഡ്സ്മാൻ
പൊതുസേവകരുടെ ഭരണനിർവ്വഹണവുമായി ബന്ധപ്പെട്ട പരാതികൾ ഉന്നയിക്കാൻ ഒരു കോടതിക്ക് തത്തുല്യം അധികാരങ്ങൾ
ജാഗ്രതാസമിതി
സ്ത്രീകളുടെ പ്രശ്നങ്ങൾ പരാതികൾ പരിഹരിക്കാനുള്ള പ്രത്യേക സംവിധാനം
പരാതി പരിഹാരം
സ്ഥാപനതലത്തിൽ പരാതിപരിഹാരം/പരാതി/ നിർദ്ദേശപ്പെട്ടികൾ
പ്രാദേശിക പരാതി പരിഹാര സംവിധാനം
തർക്കങ്ങൾ പ്രാദേശികമായി പരസ്പര സമ്മതപ്രകാരം ചിലവു കുറഞ്ഞ രീതിയിൽ പരിഹരിക്കാനുള്ള വേദി
തദ്ദേശഭരണ ട്രൈബ്യൂണൽ
തദ്ദേശഭരണ സ്ഥാപനങ്ങൾ എടുക്കുന്ന ഭരണപരവും നിയന്ത്രണപരവുമായ തീരുമാനങ്ങൾക്കുമേലുള്ള അപ്പീലോ റിവിഷനോ പരിഗണിക്കുന്നതിനും തീർപ്പാക്കുന്നതിനും വേണ്ടിയുള്ള സ്ഥാപനം

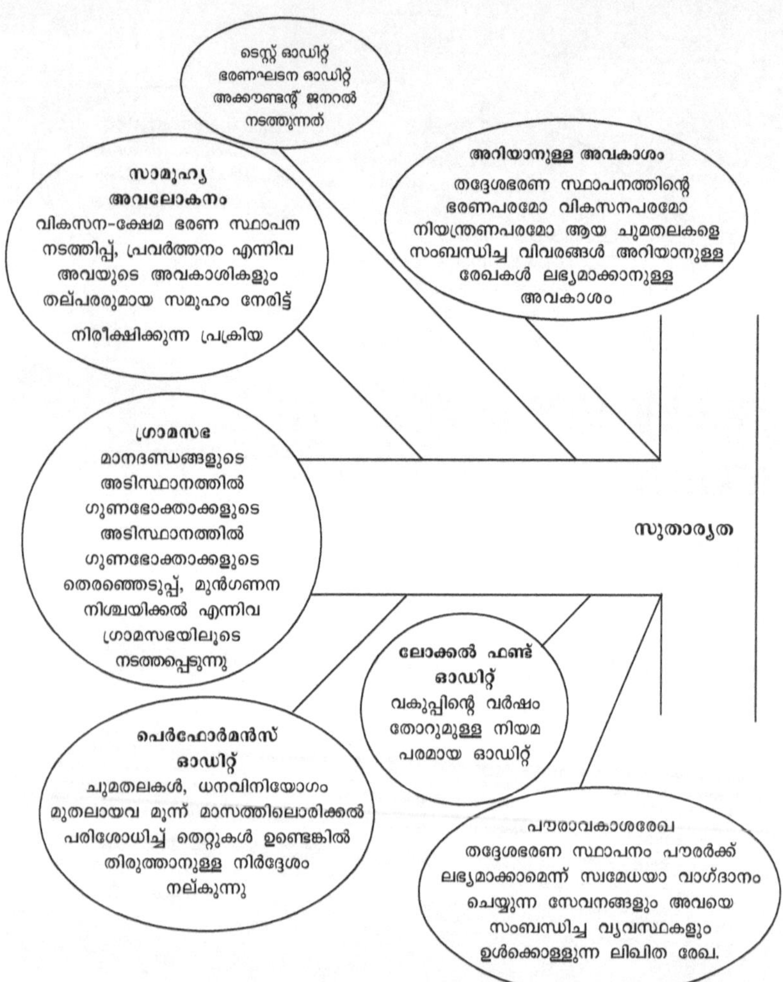
ടെസ്റ്റ് ഓഡിറ്റ്
ഭരണഘടന ഓഡിറ്റ്
അക്കൗണ്ടന്റ് ജനറൽ
നടത്തുന്നത്

സാമൂഹ്യ
അവലോകനം
വികസന-ക്ഷേമ ഭരണ സ്ഥാപന
നടത്തിപ്പ്, പ്രവർത്തനം എന്നിവ
അവയുടെ അവകാശികളും
തല്പരരുമായ സമൂഹം നേരിട്ട്
നിരീക്ഷിക്കുന്ന പ്രക്രിയ

അറിയാനുള്ള അവകാശം
തദ്ദേശഭരണ സ്ഥാപനത്തിന്റെ
ഭരണപരമോ വികസനപരമോ
നിയന്ത്രണപരമോ ആയ ചുമതലകളെ
സംബന്ധിച്ച വിവരങ്ങൾ അറിയാനുള്ള
രേഖകൾ ലഭ്യമാക്കാനുള്ള
അവകാശം

ഗ്രാമസഭ
മാനദണ്ഡങ്ങളുടെ
അടിസ്ഥാനത്തിൽ
ഗുണഭോക്താക്കളുടെ
അടിസ്ഥാനത്തിൽ
ഗുണഭോക്താക്കളുടെ
തെരഞ്ഞെടുപ്പ്, മുൻഗണന
നിശ്ചയിക്കൽ എന്നിവ
ഗ്രാമസഭയിലൂടെ
നടത്തപ്പെടുന്നു

സുതാര്യത

ലോക്കൽ ഫണ്ട്
ഓഡിറ്റ്
വകുപ്പിന്റെ വർഷം
തോറുമുള്ള നിയമ
പരമായ ഓഡിറ്റ്

പെർഫോർമൻസ്
ഓഡിറ്റ്
ചുമതലകൾ, ധനവിനിയോഗം
മുതലായവ മൂന്ന് മാസത്തിലൊരിക്കൽ
പരിശോധിച്ച് തെറ്റുകൾ ഉണ്ടെങ്കിൽ
തിരുത്താനുള്ള നിർദ്ദേശം
നല്കുന്നു

പൗരാവകാശരേഖ
തദ്ദേശഭരണ സ്ഥാപനം പൗരർക്ക്
ലഭ്യമാക്കാമെന്ന് സ്വമേധയാ വാഗ്ദാനം
ചെയ്യുന്ന സേവനങ്ങളും അവയെ
സംബന്ധിച്ച വ്യവസ്ഥകളും
ഉൾക്കൊള്ളുന്ന ലിഖിത രേഖ.

ത്രിതല പഞ്ചായത്ത് സംവിധാനം

ജില്ലാ പഞ്ചായത്ത് ഭരണ സംവിധാനം

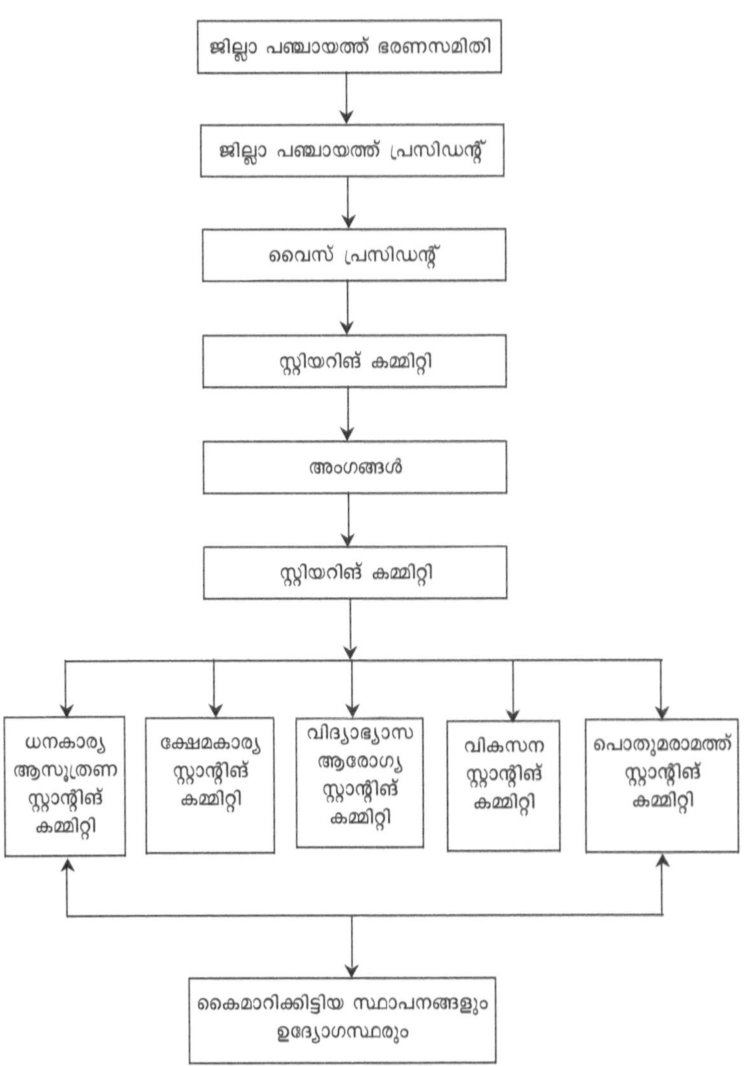

 പഞ്ചായത്ത്‌രാജ്‌ കുട്ടികൾക്ക്‌
എ സുഹൃത്‌ കുമാർ

ബ്ലോക്ക്‌ പഞ്ചായത്ത്‌ ഭരണ സംവിധാനം

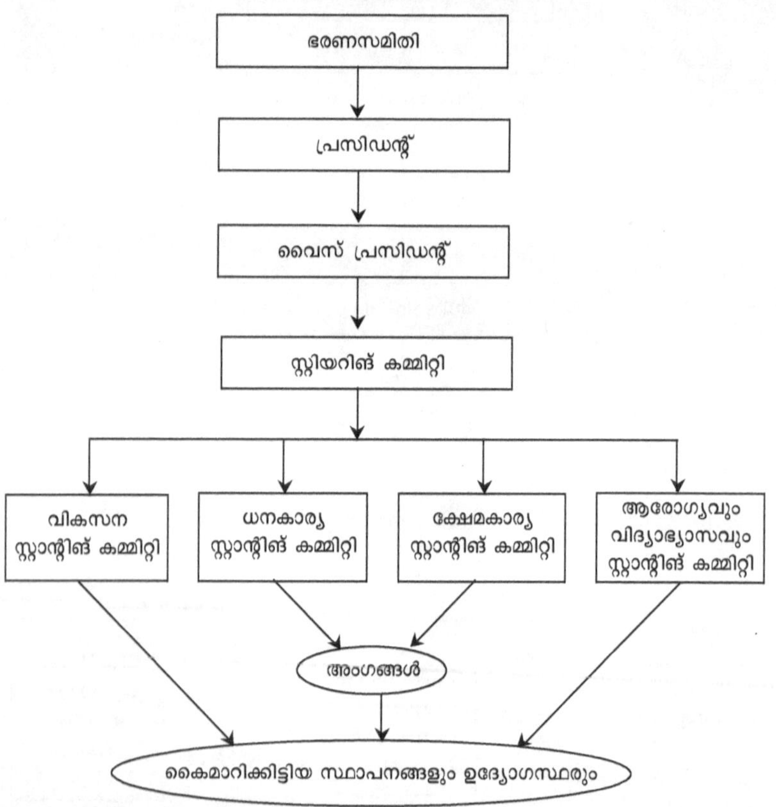

ഗ്രാമപഞ്ചായത്ത് ഭരണ സംവിധാനം

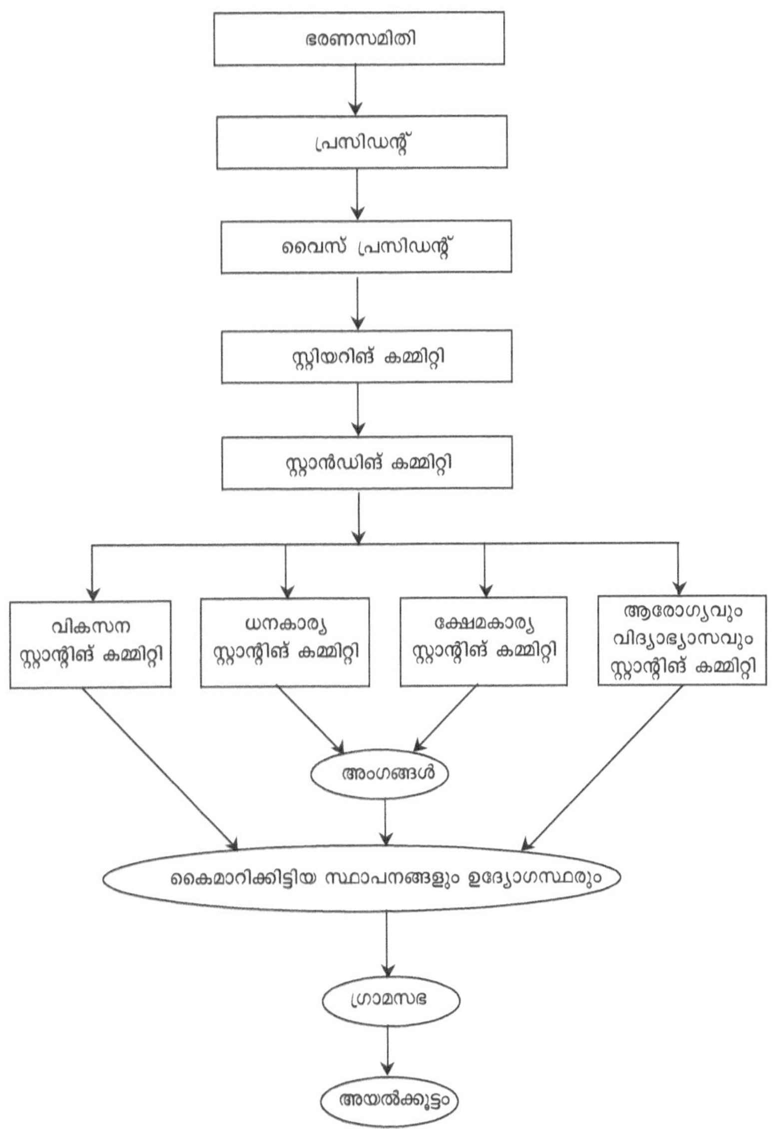

തുടർപാഠം

- കേരളത്തിൽ നിലവിൽ വന്ന പഞ്ചായത്ത്‌രാജ്‌ നിയമത്തിന്റെ സവിശേഷതകൾ പട്ടികപ്പെടുത്തുക

- 1994 ന്‌ ശേഷം കേരളത്തിൽ പ്രാവർത്തികമാക്കപ്പെട്ട പഞ്ചായത്ത്‌ രാജ്‌ നിയമ ഭേദഗതികളുടെ ചുവർ പത്രിക തയ്യാറാക്കുക.

- 20 വർഷത്തിനിടയിൽ തദ്ദേശഭരണ സാരഥികളായി പ്രവർത്തി ച്ചിരുന്നവരോട്‌ അഭിമുഖം നടത്തി ലഘു റിപ്പോർട്ട്‌ തയ്യാറാക്കുക.

- വനിതാ ജനപ്രതിനിധി, വനിതാ പ്രസിഡന്റ്‌, പട്ടികജാതി/പട്ടികവർഗ്ഗ ജനപ്രതിനിധി, പ്രസിഡന്റ്‌ തുടങ്ങിയ നിലയിൽ പ്രവർത്തിച്ചവരുടെ അനുഭവ ക്കുറിപ്പ് തയ്യാറാക്കുക.

- തദ്ദേശഭരണ നിയമ സാക്ഷരത സംബന്ധിച്ച്‌ പൗരർക്കി ടയിൽ സർവ്വേയും റിപ്പോർട്ട്‌ രൂപീകരണവും നടത്തുക.

5

ഗ്രാമസഭയും കുട്ടികളും

കൂട്ടുകാർ പരിചയക്കാരായ മുതിർന്നവരോടൊന്ന് ചോദിച്ചു നോക്കൂ...

"അല്ലാ താങ്കൾ ഗ്രാമസഭയിൽ പങ്കെടുക്കുന്നില്ലേ?"

മറുപടി താഴെ കൊടുക്കുംവിധം ആകാനാണ് സാദ്ധ്യത

"ഏയ്.....എനിക്ക് ഗ്രാമസഭയെക്കുറിച്ച് ഒന്നും അറിയില്ല. പിന്നെ ഞാൻ അവിടെ എന്തിന് പോകണം?"

"ഇല്ലെന്നേ....അവിടെ പോയിട്ട് ഒരു കാര്യവുമില്ല. അവിടെ എന്റെ അഭിപ്രായത്തിന് ഒരു പരിഗണനയും ഇല്ലല്ലോ?"

"ഞാൻ പോയില്ല....എന്തിന് പോകണം...എന്തെങ്കിലും സൗജന്യം കിട്ടാനുണ്ടെങ്കിലേ ഗ്രാമസഭയിൽ പോകേണ്ടതുള്ളൂ"

"ഗ്രാമസഭയിലോ, എന്നെപ്പോലുള്ളവർക്ക് അവിടെ എന്താ കാര്യം....ശക്തിയും സ്വാധീനവും പ്രാപ്തിയുമുള്ളവർക്കല്ലേ അവിടെ പോയാൽ ഫലമുള്ളൂ...."

എന്തേ...ഈ മറുപടികളിൽ നിങ്ങൾ തൃപ്തരാണോ? പ്രശ്നം ഗ്രാമസഭയ്ക്കോ നമ്മൾക്കോ? എന്താണതിന് പരിഹാരം?

ഗ്രാമസഭയെപ്പറ്റിയും അതിന്റെ ഘടനയെപ്പറ്റിയും പ്രവർത്ത നത്തെപ്പറ്റിയും കുട്ടികളായവരും മുതിർന്നവരും ഒരുപോലെ അറിഞ്ഞി രിക്കണം. കുട്ടികൾ അതിനെപ്പറ്റി അറിഞ്ഞാൽ മുതിർന്ന പൗരർക്ക് പറഞ്ഞു കൊടുക്കാനും ഗ്രാമസഭയിലേക്ക്

അവരെ പ്രേരിപ്പിച്ച് അയയ് ക്കാനും കഴിയും. മുതിർന്നവർ അറിഞ്ഞാൽ സ്വാഭാവികമായിട്ട് അവർക്ക് ഗ്രാമസഭയിൽ പങ്കെടുത്ത് അവസരം ഉപയോഗപ്പെടുത്താനും ജനാധിപത്യ ത്തിലെ കടമ നിറവേറ്റാനും കഴിയും. ഒപ്പം പുതിയ തലമുറയ്ക്ക് കാര്യങ്ങൾ പറഞ്ഞു മനസ്സിലാക്കിക്കാനും കഴിയും.

അപ്പോൾ എന്താണ് ഗ്രാമസഭ?

പ്രാദേശിക ഭരണപ്രക്രികയിൽ പൗര ജനങ്ങൾക്ക് ഒന്നിച്ചു ചേരാനും പങ്കാളികളാകാനും തങ്ങളുടെ ജീവിത വിഷയങ്ങൾ സംബന്ധിച്ചും പ്രദേശത്തിന്റെ വികസനത്തെപ്പറ്റിയുമുള്ള വിഷയങ്ങളിൽ തീരുമാനം എടുക്കുന്നതിൽ ഏർപ്പെടാനും പ്രശ്ന പരിഹാരം സാദ്ധ്യമാക്കാനുമുള്ള വേദിയാണ് ഗ്രാമസഭ. പൗരരുടെ വ്യക്തിഗതവും സാമൂഹ്യവുമായ പ്രശ്നങ്ങൾ പരിഗണിച്ച് തീർപ്പാക്കാനുള്ള ജനാധിപത്യ സഭയാണത്. ഹാജരായി ചർച്ചയിൽ ഏർപ്പെടുന്നവരുടെ ഭൂരിപക്ഷ അംഗീകാരത്തോടെ തീർപ്പുകളിലെത്തുന്ന പ്രാദേശിക ജനസഭ. ജനാധിപത്യ ഭരണപ്രക്രിയയിൽ നേരിട്ട് പങ്കാളികളാകാനും

തീരുമാനം എടുക്കുന്നതിനുള്ള അധികാരം കൈയാളുന്ന
തിനുമുള്ള പ്രാഥമിക വേദിയാണ് ഗ്രാമസഭ. ഗ്രാമപഞ്ചായ
ത്തിലെ ഒരു നിയോജക മണ്ഡലത്തിലെ (ഗ്രാമത്തിലെ/
വാർഡിലെ) പ്രാബല്യത്തിലുള്ള വോട്ടർ പട്ടികയിൽ പേര്
ചേർക്കപ്പെട്ടിട്ടുള്ള എല്ലാ പൗരരും ഉൾപ്പെടുന്ന സഭയാണ്
ഗ്രാമസഭ(വാർഡ് സഭ). ഭരണഘടന അനുസരിച്ചും പഞ്ചായത്ത്
രാജ് നിയമം അനുസരിച്ചും ഉള്ള പൊതുഭരണ സംവിധാന
ത്തിന്റെ ഏറ്റവും ആദ്യത്തെ ഔദ്യോഗികതലമാണ് ഗ്രാമസഭ.
വ്യക്തിയുടെയും കുടുംബത്തിന്റെയും പ്രദേശത്തിന്റെയും
സമൂഹത്തിന്റെയും ജീവിതവുമായി ബന്ധപ്പെട്ട ഏതൊരു
കാര്യത്തിലും സ്വാധീനിക്കാൻ ഗ്രാമസഭയ്ക്ക് കഴിയും.
ഭരണത്തിലും കാര്യനടത്തിപ്പിലും ധനവിഭവ സമാഹര
ണത്തിലും നിർവ്വഹണ നിരീക്ഷണത്തിലും തിരുത്തൽ
പ്രക്രിയയിലും ഭരണ ഗുണഭോക്താവായ പൗരർ കൂടി
പങ്കാളികളായി ഇടപെടുകയാണ് ഗ്രാമസഭയിൽ. ഭരണ
പങ്കാളിയും ഉടമയും ഗുണഭോക്താവും നിരീക്ഷകരുമായി
പൗരസമൂഹം പദവി വഹിക്കുന്ന ജനാധിപത്യ വേദിയാണ്
ഗ്രാമസഭ. ആനുകൂല്യങ്ങൾ കിട്ടാനും ആഡ്യത്വം കാണിക്കാനും
ഭരണത്തെ വിമർശിക്കാനും ഉള്ള വേദിയല്ലിത്. പൗരസമത്വവും
നീതിന്യായവും തുല്യാവകാശവും നിയമ പരിരക്ഷയും
ഉറപ്പാക്കാനുള്ള വേദിയാണ് ഗ്രാമസഭ. കേവലം ഉപദേശക
സമിതിയോ നിർവ്വഹണ വേദിയോ അല്ല.

കൂട്ടുകാർക്ക് ഗ്രാമസഭയെപ്പറ്റി കുറച്ചുകൂടി കാര്യങ്ങൾ
അറിയണം എന്നു തോന്നുന്നുണ്ട് ഇല്ലേ..... എങ്കിൽ അതിന്
ചെറിയ പരിചയ പ്പെടുത്തലാകാം.

ഇന്ത്യൻ ഭരണഘടന ഭാഗം IX അനുച്ഛേദം 243 ന്റെ ബി
ഉപഖണ്ഡ പ്രകാരം ഓരോ ഗ്രാമപഞ്ചായത്തിലെയും ഗ്രാമപ്രദേ
ശങ്ങളിലെയും വോട്ടർമാരുടെ സഭയാണ് ഗ്രാമസഭ. 243-ാം
അനുച്ഛേദം എ ഉപഖണ്ഡം അനുസരിച്ച് സംസ്ഥാന നിയമസഭ
അനുശാസിക്കുന്ന അധികാരവും അവകാശവും ഉത്തരവാദി
ത്വവും ഗ്രാമസഭയ്ക്കുണ്ടായിരിക്കും.

കേരള പഞ്ചായത്ത് രാജ്നിയമം അദ്ധ്യായം XI വകുപ്പ് 3
ഉപവകുപ്പ് (1) പ്രകാരം ഗ്രാമപഞ്ചായത്ത് വാർഡ് അടിസ്ഥാന

ത്തിലാണ്‌ ഗ്രാമസഭ രൂപീകരിക്കപ്പെടുക.

ഇതിന് സമാനമായി നഗര പ്രദേശങ്ങളിൽ ഒരു ലക്ഷം വരെ ജനസംഖ്യയുള്ളിടത്ത് വാർഡ് സഭയും ഒരു ലക്ഷത്തിലധികം ജനസംഖ്യയുള്ള ഇടങ്ങളിൽ വാർഡ് കമ്മിറ്റിയും രൂപീകരിക്കേ ണ്ടതാണ്. ഗ്രാമസഭ/വാർഡ്‌സഭാപ്രദേശം ഗവർണർ വിജ്ഞാ പനം ചെയ്യപ്പെടുന്ന വിധമായിരിക്കണം.

ഗ്രാമപഞ്ചായത്തിന്റെ തിരഞ്ഞെടുക്കപ്പെടുന്ന പ്രസിഡന്റാ യിരിക്കും ഗ്രാമസഭ അദ്ധ്യക്ഷൻ. അതത് വാർഡിലെ ജനപ്രതിനിധിയായിരിക്കും ഗ്രാമസഭ കൺവീനർ. അതത് വാർഡിലെ ജനപ്രതിനിധിയുടെ അഭാവത്തിൽ തൊട്ടടുത്ത വാർഡിലെ അംഗത്തെ കൺവീനറായി നിയോഗിച്ച് പ്രവർത്തനം ഉറപ്പാക്കാൻ പ്രസിഡന്റിന് ചുമതലയുണ്ട്. ഗ്രാമപഞ്ചായത്ത് നാമനിർദ്ദേശം ചെയ്യുന്ന ഒരു ഉദ്യോഗസ്ഥ(ൻ) ഗ്രാമസഭ കോർഡിനേറ്റർ ആയിരിക്കും. യോഗനടപടി സുഗമമാക്കുക, മിനിറ്റ്സ് രേഖപ്പെടുത്തുക, തുടർനടപടികളിൽ പിന്തുണ യ്ക്കുക എന്നിവ കോർഡിനേറ്ററുടെ ഉത്തരവാദിത്വമായിരിക്കും. പഞ്ചായത്ത് പ്രസിഡന്റ് അഥവാ പ്രസിഡന്റിന്റെ അഭാവത്തിൽ വൈസ്‌പ്രസിഡന്റ് രണ്ടാളുടെയും അസാന്നിദ്ധ്യത്തിൽ കൺവീനറായിരിക്കും ഗ്രാമസഭയുടെ അദ്ധ്യക്ഷത വഹിക്കുക.

ഗ്രാമസഭ യോഗങ്ങൾ കുറഞ്ഞത് മൂന്ന് മാസത്തിൽ ഒരിക്കൽ വിളിച്ചു ചേർത്തിരിക്കണം. രണ്ട് യോഗത്തിനിടയിലെ കാലയളവ് മൂന്ന് മാസത്തിൽ അധികമാക്കരുത്. സാധാരണ യോഗങ്ങൾ ക്കിടയിൽ വിശേഷാൽ യോഗമോ അടിയന്തരയോഗമോ വിളിച്ചു ചേർക്കാവുന്നതാണ്. 1/3 വോട്ടർമാർ രേഖാമൂലം ആവശ്യ പ്പെട്ടാൽ പ്രസ്തുത വിഷയം മുൻനിർത്തി നിർബ്ബന്ധിത യോഗം വിളിച്ചു ചേർക്കണം.

കൺവീനർ അദ്ധ്യക്ഷനുമായി കൂടിയാലോചിച്ച് യോഗതീ യതി, ദിവസം, സ്ഥലം, സമയം എന്നിവ തീരുമാനിച്ച് പരസ്യപ്പെ ടുത്തണം. ഹാജരാകുന്നവരുടെ ഭൂരിപക്ഷാംഗീകാരമനുസരിച്ച് ഗ്രാമസഭ തീർപ്പുകൾ എടുക്കാവുന്നതാണ്. ഗ്രാമസഭയുടെ കോറം അംഗത്വത്തിന്റെ 10 ശതമാനമായിരിക്കും. കോറമില്ലാതെ ആദ്യയോഗം മാറ്റിയാൽ അടുത്ത യോഗം നിർബ്ബന്ധിതമായി ചേരണം.

വികസനം—ക്ഷേമ-സുരക്ഷ പദ്ധതി രൂപീകരണം പ്രവർ ത്തന നിർദ്ദേശം, നിർവ്വഹണാവലോകനം എന്നിവയും വാർഷികറിപ്പോർട്ട്‌, കണക്കുകൾ, എന്നിവയുടെ അവലോകനം, സാമൂഹ്യ നിരീക്ഷണ റിപ്പോർട്ട്‌ വിശകലനം എന്നിവ ഗ്രാമസഭാ വിഷയങ്ങളാകാം. ഗ്രാമസഭാ നിർദ്ദേശം പ്രാവർത്തിക മാക്കാതിരുന്നാൽ കാരണം തേടാനും അധികാരമുണ്ട്‌. ഗ്രാമസഭ അംഗീകരിക്കുന്ന കാര്യങ്ങൾ രേഖാമൂലം തദ്ദേശ ഭരണ സ്ഥാപനത്തിന്റെ പരിഗണനയ്ക്ക്‌ സമർപ്പിക്കണം

നിയമം അനുശാസിക്കുന്ന അധികാരവും അവകാശവും ഉത്തരവാദിത്വവും ഉള്ള സഭയാണ്‌ ഗ്രാമസഭ.

- പൗരാവകാശങ്ങൾ പരിപാലിക്കുക
- സ്ത്രീകൾ,കുട്ടികൾ, നിരാലംബർ, വെല്ലുവിളി നേരിടുന്നവർ എന്നിവരുടെ അവകാശങ്ങൾ പരിരക്ഷി ക്കുക.
- സാമൂഹ്യ സുരക്ഷ ഉറപ്പാക്കുക
- ഗുണഭോക്തൃ നിർണ്ണയ പട്ടിക തയ്യാറാക്കി സമർപ്പി ക്കുക
- തനത്‌ വിഭവ സമാഹരണത്തെ സഹായിക്കുക
- സാംസ്കാരിക പരിപാടികൾ സംഘടിപ്പിക്കുക
- മികവിനെ പ്രോത്സാഹിപ്പിക്കുക.
- ഉപസമിതികൾ പ്രാവർത്തികമാക്കുക
- വൈദഗ്ദ്ധ്യ സമാഹരണവും വിനിയോഗവും ഉറപ്പാ ക്കുക
- കുടുംബശ്രീയെ സഹായിക്കുക.
- വിദ്യാലയങ്ങളെ സഹായിക്കുക.
- സന്നദ്ധ സാമൂഹ്യ സേവനം സംഘടിപ്പിക്കുക
- ജാഗ്രതാസ്ഥിതി പ്രാവർത്തികമാക്കുക
- അയൽക്കൂട്ടം സജീവമാക്കുക
- കുട്ടികളുടെ അവകാശം സംരക്ഷിക്കുക
- വിദ്യാഭ്യാസ ഗുണനിലവാര പരിരക്ഷ, സേവന നിരീക്ഷണം സ്ഥാപനാവലോകനം, പരിഹാര പ്രവൃത്തി മുതലായവ പ്രാവർത്തികമാക്കുക.

എന്നിവയാണ്‌ ഗ്രാമസഭയുടെ മുഖ്യപ്രവർത്തനങ്ങൾ.

ഭരണസുതാര്യത, അഭിപ്രായ വിനിമയം, നിർവ്വഹണപിന്തുണ, പ്രവർത്തനാവലോകനം, തിരുത്തലും പരിഷ്കരണവും എന്നിവയ്ക്കുള്ള വേദിയും ഇടവുമാണ് ഗ്രാമസഭ.

ഗ്രാമസഭ എന്തിന്

ഗ്രാമസഭയെ ആനുകൂല്യങ്ങൾ വാങ്ങാനും ഭരണത്തെ വിമർശിക്കാനും വേണ്ടി മാത്രമുള്ള വേദിയായിട്ടല്ല കാണേണ്ടത്. ഗ്രാമസഭയിൽ പങ്കെടുക്കുന്നവർ ആത്യന്തിക അധികാരികളായ വോട്ടർമാരാണെന്നതിനാൽ അതിന്റെ സാദ്ധ്യതകൾ വളരെ വലുതാണ്.

ആസൂത്രണത്തിൽ സഹായിക്കുക

- ജീവിത പ്രശ്നങ്ങൾ, വികസനപരിപാടികൾ എന്നിവ ലിസ്റ്റ് ചെയ്യാനും മുൻഗണന നിശ്ചയിക്കാനും സഹായിക്കുക
- വികസന-ക്ഷേമ പദ്ധതികൾ, ഗുണഭോക്താക്കൾ എന്നിവ ശുപാർശ ചെയ്യുക.
- വേണ്ട വിവരങ്ങൾ ശേഖരിക്കാൻ സഹായിക്കുക
- പദ്ധതി പ്രവർത്തന വരവ്-ചെലവ് കണക്കുകൾ പരിശോധിക്കുക
- പ്രശ്നപരിഹാരത്തിനുവേണ്ട പങ്ക് നിശ്ചയിക്കാൻ സഹായിക്കുക. പ്രശ്നങ്ങൾ പരിഹരിക്കാനും നിർവ്വഹിക്കാനും ഇടപെടുക തുടങ്ങിയവ.

പഞ്ചായത്തിന്റെ ഭരണനിർവ്വഹണത്തെ സഹായിക്കുക

1. തീരുമാനമെടുക്കുന്ന പ്രക്രിയയെ സഹായിക്കുക
2. നികുതി/വിഭവ സമാഹരണത്തിനു സഹായിക്കുക
3. പ്രശ്നങ്ങൾ പരിഹരിക്കാൻ സഹായിക്കുക
4. നിയമം നടപ്പിലാക്കാൻ സഹായിക്കുക
5. പദ്ധതികൾ നടപ്പിലാക്കാൻ സഹായിക്കുക
6. പ്രാദേശിക നിയമങ്ങൾ രൂപവല്ക്കരിക്കാൻ സഹായിക്കുക

7. ഗുണഭോക്താക്കളെ തെരഞ്ഞെടുത്ത്‌ നല്കുക
8. ഗുണഭോക്തൃപ്രദേശം തെരഞ്ഞെടുക്കാൻ സഹായി
    ക്കുക... തുടങ്ങിയവ

വിലയിരുത്തൽ

- പഞ്ചായത്തിന്റെ പൊതുഭരണ റിപ്പോർട്ട്‌ വിലയിരു
  ത്തുക
- പഞ്ചായത്ത്‌ സ്ഥാപനങ്ങൾ, അധികാരികൾ, ഉദ്യോ
  ഗസ്ഥർ, എന്നിവരുടെ പ്രവർത്തനം വിലയിരുത്തുക
- വരവ്‌-ചെലവു കണക്കുകൾ പരിശോധിക്കുക
- പൊതുപണത്തിന്റെ വിനിയോഗം
- വിവിധ കമ്മിറ്റികളുടെ പ്രവർത്തനം വിലയിരുത്തുക
- പൗരാവകാശരേഖ പ്രകാരം സേവന/ഭരണ
  നിർവ്വഹണം ഫലവത്താണോ എന്നു പരിശോധി
  ക്കുക.

തർക്കങ്ങൾ പരിഹരിക്കുക

- വ്യക്തിപരവും സാമൂഹികവുമായ പരാതികൾ
  അവതരിപ്പിക്കുക
- കൂട്ടായി ചർച്ച ചെയ്ത്‌ അവ പരിഹരിക്കുക
- ജാഗ്രതാ സമിതിയിൽ വരുന്ന പൊതുപ്രശ്നങ്ങൾ ചർച്ച
  ചെയ്ത്‌ പരിഹരിക്കുക
- വനിതാ പ്രശ്നങ്ങൾ ചർച്ച ചെയ്യുക, പരിഹരിക്കുക,
  പരാതി പരിഹാരം സമിതിയുടെ സേവനം ഉപയോഗ
  പ്പെടുത്തുക
- നാടിന്റെ നന്മയ്ക്കും നിലവിലുള്ള നിയമങ്ങൾ
  സുഗമമാക്കാനുമായി പ്രവർത്തന ചട്ടങ്ങൾ ഉണ്ടാക്കുക.
  അത്‌ പാലിക്കുന്നുണ്ടോ എന്നു പരിശോധിക്കു
  ക....തുടങ്ങിയവ

അധികാരങ്ങളും ഉത്തരവാദിത്വങ്ങളും ചുമതലകളും ഉള്ള
ഭരണഘടനാ പദവിയുള്ള അടിസ്ഥാന പങ്കാളിത്ത ജനാധിപത്യ
വേദിയാണ്‌ ഗ്രാമസഭ. (നഗരഭരണ പ്രദേശങ്ങളിൽ വാർഡ്‌സഭ

തുല്യ പദവിയുള്ള വേദിയായി നിശ്ചയിക്കപ്പെട്ടിരിക്കുന്നു)

അപ്പോൾ ഗ്രാമസഭയിൽ പങ്കെടുക്കേണ്ടത്‌ എം പി പാർലമെന്റിൽ പങ്കെടുക്കുന്നതുപോലെയും എം എൽ എ നിയമസഭയിൽ പങ്കെടുക്കുന്ന തുപോലെയും പ്രാധാന്യമേറിയ കടമയാണ്‌ അല്ലേ?

ഗ്രാമസഭ-പൊതുവായ പ്രവർത്തനങ്ങൾ

* സ്ത്രീകളുടെയും കുട്ടികളുടേയും അവകാശങ്ങൾ തിരിച്ചറിയുക അവരുടെ പ്രവർത്തനങ്ങൾക്ക്‌ ശക്തിയും പിന്തുണയും നല്കുക. ഒരു വ്യക്തി എന്ന നിലയിൽ അവർക്ക്‌ ജീവിക്കാനാവശ്യമായ അവസരമൊരു ക്കാൻ വേണ്ട പ്രവർത്തനങ്ങൾ സംഘടിപ്പിക്കുക
* പിന്നോക്ക വിഭാഗങ്ങളെ സഹായിക്കാനും സമൂഹ ത്തിന്റെ മുൻ നിരയിലേയ്ക്ക്‌ കൊണ്ടു വരാനും സംരക്ഷിക്കാനും ഉതകുന്ന തരത്തിലുള്ള സംവിധാ നങ്ങൾ ഒരുക്കുക
* തനത്‌ വിഭവസമാഹരണത്തിലും നികുതിപിരിവിലും സഹാ യിക്കുക
* കല-സാംസ്കാരിക പരിപാടികൾ സംഘടിപ്പിക്കുക
* വിവിധമേഖലകളിൽ കഴിവ്‌ തെളിയിച്ചവരെ ആദരി ക്കുക
* വിവിധ മേഖലകളിൽ വൈദഗ്ദ്ധ്യം നേടിയവരുടെ കഴിവുകൾ പ്രദർശിപ്പിക്കാൻ അവസരം ഒരുക്കുക
* വിവിധ ബോധവല്ക്കരണ പരിപാടികൾ ആസൂത്രണം ചെയ്തു നടപ്പിലാക്കുക
* മേല്പറഞ്ഞ കാര്യങ്ങൾക്കായി വിവിധ സബ്കമ്മിറ്റി കൾക്കും സംഘടനാ സംവിധാനങ്ങൾക്കും രൂപം നല്കുക
* വിവിധമേഖലകളിൽ വൈദഗ്ധ്യമുള്ളവരെ കണ്ടെത്തി കൂട്ടിയിണക്കുക, അവസരമൊരുക്കുക, പ്രോത്സാഹി പ്പിക്കുക
* കുടുംബശ്രീ പ്രവർത്തനങ്ങളെ സഹായിക്കുക അവരുടെ ഉല്പന്നങ്ങൾ വില്ക്കാനുള്ള വിപണന

സംവിധാനം ഒരുക്കുക
- വിദ്യാഭ്യാസ സ്ഥാപനങ്ങളെ സഹായിക്കുക
- കുട്ടികളുടെ ലഘു സമ്പാദ്യപദ്ധതി നടപ്പാക്കുക
- സന്നദ്ധ പ്രവർത്തനങ്ങൾ സംഘടിപ്പിക്കുക. വികസന പ്രവർത്തനങ്ങളെ പിന്തുണയ്ക്കുക.
- ഉപസമിതികൾ രൂപീകരിച്ച് യുവാക്കൾ, സ്ത്രീകൾ, കുട്ടികൾ, ദുർബ്ബല വിഭാഗങ്ങൾ, ജീവിത വെല്ലുവിളി നേരിടുന്നവർ തുടങ്ങിയവരുടെ സുരക്ഷ, ക്ഷേമം മുതലായവയ്ക്കായി പ്രവർത്തിക്കുക
- വാർഡുതല ജാഗ്രതാസമിതി, പരാതി പരിഹാര സംവിധാനം, സാമൂഹ്യ നിരീക്ഷണ സമിതികൾ, മുതലായവരുടെ പ്രവർത്തനം ഉറപ്പാക്കുന്നതിൽ സഹായിക്കുക
- അയൽക്കൂട്ടം, ഗ്രാമസഭ മുതലായവയുടെ പ്രചാരകരും സഹാ യികളുമായി വർത്തിക്കുക.
- കുട്ടികളുടെ ക്ഷേമപദ്ധതി ഗുണഭോക്താക്കളെ കണ്ടെത്തുന്നതിൽ സഹായിക്കുക
- വിദ്യാഭ്യാസ ഗുണനിലവാരം നിർണ്ണയം, സേവന വിലയിരുത്തൽ, സ്ഥാപന വിലയിരുത്തൽ, പരിഹാര ബോധനം, വിദ്യാനിധി പരിപാടി മുതലായവയിൽ പങ്കാളികളാകുക.

തുടർപാഠം

- ഗ്രാമസഭാ അറിയിപ്പിനുള്ള നോട്ടീസ് തയ്യാറാക്കുക
- ഗ്രാമസഭാ പോസ്റ്റർ രചന നടത്തുക
- ഗ്രാമസഭാ പരിഗണന മുൻ നിർത്തി ചർച്ച സംഘടിപ്പിക്കുക
- ഗ്രാമസഭ യോഗ നടപടികൾ നിരീക്ഷിച്ച് റിപ്പോർട്ട് തയ്യാറാക്കുക
- ഇതര സംസ്ഥാന ഗ്രാമസഭ പ്രവർത്തനങ്ങളുമായി താരതമ്യ പഠനം സാദ്ധ്യമാക്കുക
- ഗ്രാമസഭാ പരിഗണനയ്ക്കായി കുട്ടികളുടെ അവകാശ നിവേദനം തയ്യാറാക്കുക

- മാതാപിതാക്കൾ, ഗ്രാമസഭയിൽ അംഗങ്ങളായ മുതിർന്ന പൗരർ എന്നിവരുമായി ചർച്ച നടത്തിയും ഗ്രാമസഭാ യോഗവും പ്രവർത്തനവും സംബന്ധിച്ച് അവയുടെ അനുഭവങ്ങൾ പങ്കുവച്ചും റിപ്പോർട്ട് തയ്യാറാക്കുക.

6

പഞ്ചായത്ത്‌രാജ് ഘടന, പ്രവർത്തനം

73,74 ഭരണഘടനാ ഭേദഗതി നിയമങ്ങളാണ് രാജ്യത്തെ തദ്ദേശഭരണ സംവിധാനത്തെ ബാധിക്കുന്ന രണ്ട് പ്രധാന നിയമ വാഴ്ചാതത്ത്വങ്ങൾ എന്ന് കൂട്ടുകാർക്കറിയാമല്ലോ. ഒന്ന് പഞ്ചായത്ത് രാജ് നിയമം. രണ്ടാമത്തേത് നഗരപാലികാ നിയമം. ഇതിന് അനുപൂരകമായ സംസ്ഥാന നിയമങ്ങളും നിലവിലുണ്ട്.

ഇനി നാം പരിചയപ്പെടുന്നത് കേരളത്തിലെ പഞ്ചായത്ത്‌രാജ് നിയമത്തെയാണ്. ഏറക്കുറെ സമാനതയും പ്രായോഗിക വിശദാംശങ്ങളിൽ വ്യത്യസ്തതയും പുലർത്തുന്നതാണ് നഗരഭരണ (നഗര പാലിക) നിയമം. അതിലെ വിശദാംശങ്ങൾ വഴിയേ നമുക്ക് പരിചയപ്പെടാനാകും.

ഭരണഘടനയിലെ 4-ാം ഭാഗം 40-ാം അനുച്ഛേദം അനു സരിച്ചും. 9-ാം അദ്ധ്യായം മുതൽ 243 വരെ അനുച്ഛേദങ്ങളും 11-ാം പട്ടികയും അനുസരിച്ചാണ് പഞ്ചായത്ത്‌രാജ് സ്ഥാപനങ്ങൾ സംബന്ധിച്ച നിയമം ഉണ്ടാക്കിയിട്ടുള്ളത്.

വികസനം, ക്ഷേമം, സാമൂഹ്യ സുരക്ഷ, നിർമ്മാണം എന്നിവയ്ക്കും അവയോടനുബന്ധിച്ച നിയന്ത്രണ കാര്യങ്ങൾ ക്കും ആവശ്യമായ പദ്ധതികളും പരിപാടികളും ഉണ്ടാ ക്കുന്നതിനും അവ നിർവ്വഹിക്കുന്നതിനുമായുള്ള പ്രാദേശിക ഭരണകൂടങ്ങളാണ് തദ്ദേശ ഭരണ സ്ഥാപനങ്ങൾ.

വികസനകാര്യം, പൊതുഭരണ കാര്യം, ക്ഷേമകാര്യം, നിർമ്മാണ നിർവ്വഹണം എന്നീ കൃത്യങ്ങൾ ഏല്പിക്കപ്പെടുന്ന വിധത്തിലും വർദ്ധിച്ച ജനപങ്കാളിത്തത്തോടെയും സംസ്ഥാന കേന്ദ്ര സർക്കാരുകളുടെ മാർഗ്ഗ നിർദ്ദേശങ്ങൾക്കും മേൽനോട്ടത്തിനും അനുസരിച്ചും നടപ്പിലാക്കുന്നതിനുള്ള പരിമിത സ്വയംഭരണ സ്ഥാപനങ്ങളാണ്‌ തദ്ദേശ ഭരണസ്ഥാപനങ്ങൾ. ഇത്തരം സ്ഥാപനങ്ങളിൽ ഗ്രാമീണ പ്രദേശങ്ങൾക്കായി രൂപീകരിക്കപ്പെടുന്നവയാണ്‌ പഞ്ചായത്ത്‌ രാജ്‌ സ്ഥാപനങ്ങൾ.

സംസ്ഥാന നിയമസഭ രൂപം നല്കുന്ന നിയമം അനുസരിച്ച്‌ വില്ലേജ്‌ തലം, മദ്ധ്യതലം, ജില്ലാതലം എന്നിങ്ങനെ ത്രിതല തദ്ദേശ ഭരണസ്ഥാ പനങ്ങളാണ്‌ പഞ്ചായത്ത്‌രാജിൽ ഉൾക്കൊള്ളിക്കുന്നത്‌. കേരളത്തിൽ ഗ്രാമപഞ്ചായത്ത്‌, ബ്ലോക്ക്‌ പഞ്ചായത്ത്‌, ജില്ലാ പഞ്ചായത്ത്‌ എന്നിവയാണ്‌ ത്രിതല പഞ്ചായത്തുകൾ.

കേരള പഞ്ചായത്ത്‌ രാജ്‌ നിയമം അംഗീകരിക്കപ്പെട്ടത്‌ 23-04-1994 ൽ ആണ്‌. തുടക്കത്തിൽ 30 അദ്ധ്യായങ്ങളിലായി 393 വകുപ്പുകളും 7 പട്ടികകളും ചേർന്നതായിരുന്ന കേരള പഞ്ചായത്ത്‌രാജ്‌ നിയമം. പിന്നീട്‌ 1996, 1999, 2000, 2001, 2006, 2007, 2013 മുതലായ വർഷങ്ങളിൽ ഒട്ടേറെ ഭേദഗതികളും പരിഷ്കരണങ്ങളും ഈ നിയമത്തിലുണ്ടായി. അവ കൂടി അറിയുമ്പോഴേ ഈ നിയമങ്ങൾ ശരിയായി പഠിക്കാനാ കുകയുള്ളൂ. ഇപ്പോൾ ഈ നിയമത്തെപ്പറ്റി പരിചയപ്പെടുത്തുക മാത്രമാണ്‌ ചെയ്യുന്നത്‌. അദ്ധ്യാപകരുടെയും മുതിർന്ന വരുടെയും സഹായത്തോടെ കൂടുതൽ വിവരശേഖരണവും പഠനവും നടത്താവുന്നതാണ്‌.

പഞ്ചായത്തിന്റെ ഘടന

കേരള പഞ്ചായത്ത്‌രാജ്‌ നിയമം അനുസരിച്ച്‌ ഗ്രാമസഭ യാണ്‌ അടിസ്ഥാന ജനാധിപത്യ തലം. ഓരോ നിയോജക മണ്ഡലത്തിനും(വാർഡ്‌) ഓരോ ഗ്രാമസഭ. നിയമ-ചട്ടങ്ങൾ പ്രകാരം ജനസംഖ്യ, ഭൂവിസ്തൃതി മുതലായവ പരിഗണിച്ച്‌ ആകുന്നത്ര വില്ലേജ്‌ അടിസ്ഥാനത്തിലാണ്‌ ഗ്രാമപഞ്ചാ യത്തുകൾ രൂപീകരിക്കുക. നിശ്ചയിക്കപ്പെടുന്നത്ര എണ്ണം

വാർഡുകളാണ്‌ ഓരോ ഗ്രാമപഞ്ചായത്തിലും ഉണ്ടായിരിക്കുക. ചുരുങ്ങിയത്‌ 13 മുതൽ പരമാവധി 23 വരെ വാർഡുകൾ ഗ്രാമപഞ്ചായത്തിൽ ഉണ്ടാകും. രണ്ടോ അതിലധികമോ ഗ്രാമപഞ്ചായത്തുകൾ വികസന ബ്ലോക്ക്‌ അടിസ്ഥാനത്തിൽ ഉൾക്കൊള്ളുന്നതാണ്‌ ബ്ലോക്ക്‌ പഞ്ചായത്ത്‌. ഗ്രാമപഞ്ചായത്തു കളിലെ അംഗങ്ങൾ അവർക്കിടയിൽ നിന്ന്‌ തിരഞ്ഞെടുക്കുന്ന പ്രസിഡന്റുമാർ അനൗദ്യോഗിക അംഗങ്ങൾ എന്ന നിലയിൽ ബ്ലോക്ക്‌ പഞ്ചായത്തിലെ അംഗങ്ങൾ ആയിരിക്കും. തിരഞ്ഞെ ടുപ്പുമായി ബന്ധപ്പെട്ടതൊഴികെ ഏതൊരു വിഷയത്തിലും വോട്ടവകാശത്തോടെയുള്ള അംഗങ്ങളായിരിക്കും അവർ.

രണ്ടിലേറെ ബ്ലോക്ക്‌ പഞ്ചായത്തുകൾ, റവന്യൂ ജില്ലാ അടിസ്ഥാ നത്തിൽ ഏകോപിപ്പിച്ച്‌ ഗ്രാമ പ്രദേശങ്ങൾക്കായി രൂപപ്പെടുത്തുന്നതാണ്‌ ജില്ലാ പഞ്ചായത്ത്‌. ബ്ലോക്ക്‌ പഞ്ചായത്ത്‌ പ്രസിഡന്റുമാർ ജില്ലാ പഞ്ചായത്തിൽ അനൗദ്യോഗികാംഗങ്ങൾ ആയിരിക്കുന്നതാണ്‌. ഇതിന്‌ അനുപൂരകമായി ബ്ലോക്ക്‌-ജില്ലാ പഞ്ചായത്ത്‌ അംഗങ്ങൾ ഗ്രാമസഭാ യോഗങ്ങളിൽ നിർബ്ബന്ധിത ക്ഷണിതാക്കളാണ്‌. ഈ രീതി തദ്ദേശ ഭരണ സംവിധാനത്തിൽ മേൽകീഴ്‌ ബന്ധവും തിരശ്ചീന ബന്ധവും ഉറപ്പാക്കുന്നു. അതേ സമയം ഗ്രാമ-ബ്ലോക്ക്‌-ജില്ലാ പഞ്ചായത്തുകൾ സ്വതന്ത്രവും സഹവർത്തകവുമായ സ്ഥാപനങ്ങളായി പ്രവർത്തിക്കുന്നു.

ഒരു പേര്‌, ഒരു മുദ്ര, ഒരു ആസ്ഥാനം, എന്നിവയുള്ള ഏകാംഗീകൃത നികായമാണ്‌ പഞ്ചായത്ത്‌. ഭരണ-പ്രതിപക്ഷ വ്യത്യാസമില്ലാത്ത ഒറ്റ സമിതി. വ്യവഹാരാദികളിൽ ഏർപ്പെടു ന്നതിനു തക്ക നിയാമക വ്യക്തി ത്വമുള്ള സമിതികളാണ്‌ പഞ്ചായത്തുകൾ. സ്വന്തമായ ആസ്തിയും വിഭവവും ആർജ്ജിക്കാനും പരിപാലിക്കാനും വിനിയോഗിക്കാനും അധികാരാവകാശമുള്ള സ്ഥാപനം. എന്നാൽ സ്വത്തുവകകൾ നശിപ്പിക്കാനോ അന്യാധീനമാക്കാനോ അവർക്ക്‌ കഴിയില്ല.

തിരഞ്ഞെടുക്കപ്പെടുന്ന ജനപ്രതിനിധികൾക്കു പുറമെ കാര്യനിർ വ്വഹണ ഉദ്യോഗസ്ഥർ കൂടി ഉൾപ്പെടുന്നതാണ്‌ പഞ്ചായത്ത്‌ സംവിധാനം. തിരഞ്ഞെടുക്കപ്പെടുന്ന പ്രസിഡന്റ്‌ സ്ഥാപനത്തലവൻ(ഭരണത്തലവൻ) ആണെങ്കിൽ ഉദ്യോഗസ്ഥ തലവൻ സെക്രട്ടറിയായിരിക്കും. നിർണ്ണയി ക്കപ്പെടുന്ന എണ്ണം

തസ്തികകളിൽ നിയോഗിക്കപ്പെടുന്ന എണ്ണം ജീവനക്കാർ അടങ്ങുന്നതാണ് പഞ്ചായത്ത് കാര്യാലയം.

ഇതിനു പുറമെയാണ് പഞ്ചായത്തുകൾക്ക് 1995 ലെ സംസ്ഥാന സർക്കാർ ഉത്തരവിലൂടെ കൈമാറിയിട്ടുള്ള ഉദ്യോഗസ്ഥരും ജീവന ക്കാരും. വിദ്യാലയം, ചികിത്സാലയം, അങ്കണവാടി, കൃഷിഭവൻ, മൃഗാ ശുപത്രി തുടങ്ങി വിവിധ സ്ഥാപനങ്ങളും അതിലെ കാര്യനിർവ്വഹണ സംവിധാനവും ഇങ്ങനെ തദ്ദേശ ഭരണ സ്ഥാപനങ്ങൾക്ക് കൈമാറിയിരിക്കുന്നു. ഇവർക്കും പുറമെയാണ് താല്ക്കാലിക-കരാർ ജീവനക്കാരായും ഭാഗികസമയ ജീവനക്കാരായും സന്നദ്ധ സംവിധാനമായും പഞ്ചായത്തുകളിൽ നിയമിക്കപ്പെടുന്ന കാര്യനിർവ്വഹണ വിഭാഗവും.

പഞ്ചായത്ത് തിരഞ്ഞെടുപ്പ്

കേരള പഞ്ചായത്ത്രാജ് നിയമപ്രകാരം പഞ്ചായത്തുകൾ, വാർഡുകൾ എന്നിവയുടെ അതിർത്തി നിർണ്ണയത്തിനും തിരഞ്ഞെടുപ്പ് നിർവ്വഹണത്തിനുമായി ഒരു തിരഞ്ഞെടുപ്പു കമീഷനെ നിയോഗിക്കാവുന്നതാണ്. "സംസ്ഥാന തിരഞ്ഞെടുപ്പ് കമീഷൻ" എന്നാണിത് അറിയ പ്പെടുക. തദ്ദേശഭരണ സ്ഥാപനങ്ങളിലെ നിയോജക മണ്ഡല പുനർ നിർണ്ണയം, അതിർത്തികളുടെ വിജ്ഞാപനം, വോട്ടർ പട്ടിക തയ്യാറാക്കൽ, തിരഞ്ഞെടുപ്പ് നടത്തിപ്പ്, അതിലെ സ്ഥാനാർത്ഥികളുടെ യോഗ്യത നിർണ്ണയം, അംഗങ്ങളുടെ അയോഗ്യത തീർപ്പാക്കൽ, തിരഞ്ഞെടുപ്പ് പരാതികൾ തീർപ്പാക്കൽ എന്നിവയെല്ലാം കമീഷന്റെ അധികാരങ്ങളാണ്. സംസ്ഥാന സർക്കാരിന്റെ നിർദ്ദേശാനുസരണം മുതിർന്ന ഐ എ എസ് ഉദ്യോഗസ്ഥരെയോ ജില്ലാ ജഡ്ജി പദവിയിലുള്ളവരെയോ ആണ് ഇതിലേക്കായി ഗവർണർ നിയമിക്കുക. കമീഷന് ആവശ്യമായ ഉദ്യോഗസ്ഥരെ സംസ്ഥാന സർക്കാർ നിയോഗിക്കുന്നതാണ്.

തദ്ദേശഭരണ സ്ഥാപനത്തിന്റെ ഭൂപരിധി നിർണ്ണയി ക്കാനുള്ള അധികാരം സർക്കാരിനാണ്. ജനസംഖ്യ, ധനകാര്യ വളർച്ച, തൊഴിൽ സാദ്ധ്യത, നഗരവല്ക്കരണം, ഭൂവിസ്തൃതി മുതലായവ പരിഗണിച്ചാണ് ഗ്രാമ-നഗരസ്വഭാവം നിർണ്ണയിക്കുക.

തദ്ദേശഭരണ സ്ഥാപന അംഗങ്ങളെ നേരിട്ടുള്ള തിരഞ്ഞെടു പ്പിലൂടെ വോട്ടർ പട്ടികയിൽ പേര് ചേർത്തിട്ടുള്ള വോട്ടർമാരായ ജനങ്ങൾ തിരഞ്ഞെടുക്കുന്നു. തുടർന്ന് അംഗങ്ങൾ അവർക്കി ടയിൽ നിന്ന് ഭൂരിപക്ഷാംഗീകാരത്തോടെ ഒരാളെ പ്രസിഡന്റായി തിരഞ്ഞെടുക്കുന്നു. വനിതകൾ, പട്ടികജാതി-പട്ടികവർഗ്ഗക്കാർ എന്നിങ്ങനെയുള്ള പ്രത്യേക പ്രാതിനിധ്യ പരിഗണന പ്രസിഡന്റ് തിരഞ്ഞെടുപ്പിലുണ്ടായിരിക്കും. ഒരു വൈസ് പ്രസിഡന്റിനെയും ഇപ്രകാരം തിരഞ്ഞെടുക്കും. പ്രത്യേക പരിഗണനാ പദവികൾ നിശ്ചയിക്കുന്നത് തിരഞ്ഞെടുപ്പു കമീഷൻ വിജ്ഞാപനത്തിലൂടെ ആവർത്തിതക്രമം പാലിച്ചുകൊ ണ്ടായിരിക്കും.

തദ്ദേശ ഭരണ സ്ഥാപനങ്ങളിൽ നിലവിലുള്ള അംഗസംഖ്യ

ഗ്രാമപഞ്ചായത്ത് – 13 മുതൽ 23 വരെ
ബ്ലോക്ക് പഞ്ചായത്ത്– 13 മുതൽ 23 വരെ
ജില്ലാ പഞ്ചായത്ത്   – 16 മുതൽ 32 വരെ
മുനിസിപ്പാലിറ്റി   – 25 മുതൽ 52 വരെ
കോർപ്പറേഷൻ   – 55 മുതൽ 100 വരെ

അംഗത്വത്തിലും പദവിയിലും സ്ത്രീകൾക്ക് കേരളത്തിൽ 50% നിർബ്ബന്ധിത പ്രാതിനിധ്യമുണ്ട്. പട്ടിക ജാതി-പട്ടിക വർഗ്ഗത്തിനാകട്ടെ ജനസംഖ്യാനുപാതിക പ്രാതിനിധ്യമാ ണുള്ളത്. തിരഞ്ഞെടുക്കപ്പെടുന്ന ഭരണ സമിതി തങ്ങളുടെ ഉത്തരവാദിത്വനിർവ്വഹണത്തിന് വിവിധ സ്ഥിരം സമിതികളെ (സ്റ്റാൻഡിങ് കമ്മിറ്റികൾ) തെരഞ്ഞെടുക്കുന്നതാണ്. സ്ഥിരംസ മിതികൾക്ക് ഓരോന്നിനും അവർക്കിടയിലെ അംഗങ്ങൾ ചേർന്ന് തിരഞ്ഞെടുക്കപ്പെടുന്ന ഒരു അദ്ധ്യക്ഷൻ ഉണ്ടായിരിക്കും. എല്ലാ അംഗങ്ങളും ഏതെങ്കിലും ഒരു സ്ഥിരം സമിതിയിലെങ്കിലും അംഗങ്ങൾ ആയിരിക്കും. പ്രസിഡന്റാകട്ടെ എല്ലാ സ്ഥിരം സമിതികളിലും വോട്ടവ കാശമില്ലാത്ത അനൗദ്യോഗിക അംഗമായിരിക്കും. വൈസ് പ്രസിഡന്റ് ധനകാര്യ സ്ഥിരം സമിതി അധ്യക്ഷനായിരിക്കും. ഏതൊരു സ്ഥിരം സമിതിയിലും നിർബ്ബസ്ധിതമായി ഒരു വനിതയെങ്കിലും അംഗമായിരിക്കണം.

സ്ഥിരം സമിതി അദ്ധ്യക്ഷ സ്ഥാനങ്ങളിൽ 50% വനിതാ പ്രാതിനിധ്യമായിരിക്കും. സ്ഥിരം സമിതി അംഗങ്ങളെ തീരുമാനിക്കുന്നതിനുള്ള അംഗസംഖ്യ, പ്രാതിനിധ്യസ്വഭാവം എന്നിവ തിരഞ്ഞെടുപ്പ്‌ കമ്മീഷൻ വിജ്ഞാപനം ചെയ്യുന്നതായിരിക്കും. തിരഞ്ഞെടുപ്പ്‌ ആനുപാതിക ഏക കൈമാറ്റ വോട്ട്‌ സമ്പ്രദായത്തിലായിരിക്കും. എന്നാൽ പ്രസിഡന്റ്‌,വൈസ്‌ പ്രസിഡന്റ്‌, സ്ഥിരം സമിതി അദ്ധ്യക്ഷർ എന്നിവരുടെ തിരഞ്ഞെടുപ്പ്‌ സാധാരണ ഓപ്പൺ വോട്ട്‌ സമ്പ്രദായമായിരിക്കും.

തദ്ദേശ ഭരണ സ്ഥാപനങ്ങളിലെ സ്ഥിരം സമിതികൾ

ഗ്രാമപഞ്ചായത്ത്‌ ബ്ലോക്ക്‌ പഞ്ചായത്ത്‌	ധനകാര്യം വികസനകാര്യം ക്ഷേമകാര്യം വിദ്യാഭ്യാസം, ആരോഗ്യം
ജില്ലാ പഞ്ചായത്ത്‌	ധനകാര്യം വികസനകാര്യം മരാമത്ത്‌ കാര്യം ആരോഗ്യം, വിദ്യാഭ്യാസം ക്ഷേമകാര്യം
മുനിസിപ്പാലിറ്റി	ധനകാര്യം വികസനകാര്യം ക്ഷേമകാര്യം ആരോഗ്യകാര്യം മരാമത്ത്‌ കാര്യം വിദ്യാഭ്യാസം, കലാകായികം
കോർപ്പറേഷൻ	ധനകാര്യം വികസനകാര്യം ക്ഷേമകാര്യം ആരോഗ്യം കാര്യം മരാമത്ത്‌ കാര്യം നഗരാസൂത്രണ കാര്യം നികുതി അപ്പീൽ വിദ്യാഭ്യാസം,

18 വയസ്സ് പൂർത്തിയായി വോട്ടർ പട്ടികയിൽ പേര് ചേർത്തിട്ടുള്ള പൗരർക്ക് വോട്ടവകാശം ഉണ്ടായിരിക്കും. തദ്ദേശഭരണ സ്ഥാപന തിരഞ്ഞെടുപ്പിൽ സ്ഥാനാർത്ഥിത്വത്തിന് 21 വയസ്സ് ആണ് പ്രായപരിധി.

ഭരണ സമിതിയംഗത്തിനോ പ്രസിഡന്റിനോ വൈസ്പ്രസിഡന്റിനോ, സ്ഥിരം സമിതി അദ്ധ്യക്ഷനോ രേഖാമൂലം എഴുതി നല്കുന്ന രാജിക്കത്ത് സ്വീകരിക്കപ്പെടുന്ന മുറയ്ക്ക് തൽസ്ഥാനം ഒഴിയാവുന്നതാണ്. ഭരണസമിതിക്കെതിരായോ പ്രസിഡന്റ്, വൈസ് പ്രസിഡന്റ്, സ്ഥിരം സമിതിഅദ്ധ്യക്ഷൻ എന്നിവർക്കെതിരായോ, അവിശ്വാസ പ്രമേയം അംഗീകരിക്കപ്പെടുന്ന പക്ഷം സ്ഥാനം ഒഴിക്കേണ്ടതാണ്. ഭരണസമിതി യോഗത്തിലോ, ചുമതലപ്പെട്ട ഇതര യോഗങ്ങളിലോ തുടർച്ചയായി കാരണം കൂടാതെ മൂന്ന് പ്രാവശ്യം ഹാജരാകാതിരിക്കുക, ആറ് മാസത്തിൽ അധികം കാലം കാരണം കൂടാതെ സ്ഥലത്തില്ലാതിരിക്കുക, ഗ്രാമസഭ വിളിച്ചു ചേർക്കുന്നതിൽ തുടർച്ചയായി മൂന്ന് പ്രാവശ്യം വീഴ്ച വരുത്തുക, സ്വത്തുവിവര പത്രിക സമർപ്പിക്കാതിരിക്കുക, ജാഗ്രതാ സമിതി വിളിച്ചു ചേർക്കാതിരിക്കുക മുതലായവ അയോഗ്യതയ്ക്കു കാരണമായിക്കൊണ്ട് അംഗത്വം നഷ്ടമാകാം. സത്യപ്രതിജ്ഞാ ലംഘനം, കൂറുമാറ്റം എന്നിവയും അയോഗ്യതയ്ക്കു കാരണമാവാം. യുക്തമായ കാരണം ബോദ്ധ്യപ്പെടുത്തി അംഗത്വം പുനസ്ഥാപിക്കാവുന്നതാണ്. പ്രസിഡന്റ് തുടർച്ചയായി 15 ദിവസത്തിലധികം കാലം സ്ഥലത്തില്ലാതിരിക്കുകയോ പ്രസിഡന്റ് രേഖാമൂലം ചുമതല പ്പെടുത്തുകയോ ചെയ്താൽ തൽസ്ഥാനം വൈസ് പ്രസിഡന്റ് വഹിക്കേണ്ടതാണ്. സ്ഥിരം സമിതി അദ്ധ്യക്ഷന്റെ അസാന്നിദ്ധ്യത്തിൽ അതിലെ അംഗങ്ങൾ അവർക്കിടയിൽ നിന്ന് നിയോഗി

ക്കുന്ന ഒരാൾക്ക് അധ്യക്ഷത വഹിക്കാവുന്നതാണ്, ഭരണ സമിതിയിലോ സ്ഥിരം സമിതിയിലോ ഉണ്ടാകുന്ന ആകസ്മിക ഒഴിവുകൾ ചട്ടപ്രകാരം തെരഞ്ഞെടുപ്പ് നടത്തി നികത്തേണ്ടതാണ്.

പഞ്ചായത്തിന്റെ യോഗങ്ങൾ

സാധാരണ ഒരു മാസത്തിൽ ഒരു യോഗമെങ്കിലും ചേർന്നിരിക്കണം. തുടർച്ചയായ രണ്ട് ഭരണ സമിതി യോഗങ്ങൾ ക്കിടയിലെ കാലയളവ് ഒരു മാസത്തിലധികം ആകരുത്. 1/3 അംഗങ്ങൾ രേഖാമൂലം ആവശ്യ പ്പെട്ടാൽ പ്രത്യേക യോഗം ചേരാവുന്നതാണ്. പ്രസിഡന്റ് അദ്ദേഹ ത്തിന്റെ അഭാവത്തിൽ വൈസ്പ്രസിഡന്റ്, രണ്ടുപേരുടേയും അഭാവ ത്തിൽ അംഗങ്ങൾ അവർക്കിടയിൽനിന്ന് നിയോഗിക്കുന്നയാൾ യോഗത്തിൽ അധ്യക്ഷത വഹിക്കാവുന്നതാണ്. യോഗ അജണ്ട പ്രസിഡന്റു മായി കൂടിയാലോചിച്ച് സെക്രട്ടറി തയ്യാറാക്കണം. അജണ്ടയിൽ ഉൾപ്പെടാത്ത വിഷയം യോഗം പരിഗണിക്കരുത്. പ്രസിഡന്റിന്റെ അനുമതിയോടെ അനുവദനീയമായ സമയം അംഗങ്ങൾക്ക് ചർച്ചയിൽ പങ്കെടുക്കാം. മുൻകൂട്ടി എഴുതി നല്കുന്ന ചോദ്യങ്ങൾക്ക് മറുപടി തേടാവുന്നതാണ്. ചോദ്യോത്തരങ്ങൾ ക്കുമേൽ ചർച്ചയുണ്ടായിരിക്കില്ല. അടിയന്തര വിഷയമോ ശ്രദ്ധ ക്ഷണിക്കലോ പ്രസിഡന്റിന്റെ അനുമതിയോടെ അവതരിപ്പിക്കാ വുന്നതാണ്. പ്രമേയങ്ങൾക്ക് 1/2 ഭൂരിപക്ഷമംഗീകാരത്തോടെ പ്രാബല്യം നല്കപ്പെടും. 3 മാസക്കാലയളവിനുള്ളിൽ 2/3 ഭൂരിപ ക്ഷത്തോടെ പ്രസ്തുത പ്രമേയം ഭേദഗതി ചെയ്യാവുന്നതാണ്. അവിശ്വാസ പ്രമേയ കാലാവധി 6 മാസം ആയിരിക്കും. യോഗമിനിറ്റ്സ് സെക്രട്ടറി തയ്യാറാക്കി 48 മണിക്കൂറിനകം മേലൊപ്പിനായി പ്രസിഡന്റിന് സമർപ്പിച്ച് 24 മണിക്കൂറിനകം വിയോജനമുണ്ടെങ്കിൽ അവയുടെ കുറിപ്പു സഹിതം പ്രസിദ്ധീ കരിക്കുകയും നോട്ടീസ് ബോർഡിൽ പരസ്യപ്പെടുത്തുകയും വേണം. തീരുമാനങ്ങൾ ആയതിനുള്ള രജിസ്റ്ററിൽ രേഖപ്പെടു ത്തുകയും ഉടനടി പ്രസിദ്ധീകരിക്കുകയും നോട്ടീസ് ബോർഡിൽ

പരസ്യം ചെയ്യുകയും വേണം. നടപടിക്കുറിപ്പ് 10 ദിവസങ്ങൾ ക്കകം പഞ്ചായത്ത് ഡെപ്യൂട്ടി ഡയറക്ടർക്ക് അയയ്ക്കണം.

പഞ്ചായത്തിലെ പങ്കാളിത്ത സമിതികൾ

ജനാധിപത്യ വികേന്ദ്രീകരണം ഏതുവരെയാകാം, ആര് വരെ യാകാം, ഭരണ സമിതിയും ജനപ്രതിനിധിയും വരെ മതിയോ? തദ്ദേശഭരണ പ്രകിയയിൽ സാധാരണ ജനപങ്കാളിത്തം എത്രയാണ്? എങ്ങനെ വർദ്ധിച്ച ജനപങ്കാളിത്തം ഉണ്ടാക്കാ നാകും? ഗ്രാമസഭ അതിനുള്ള ഒരു മാർഗ്ഗമാണ്. മറ്റൊരു പ്രധാന മാർഗ്ഗമാണ് പഞ്ചായത്തിലെ വിവിധ കമ്മിറ്റികൾ

സ്റ്റിയറിങ് കമ്മിറ്റി

പ്രസിഡന്റ് അദ്ധ്യക്ഷനും വൈസ്പ്രസിഡന്റ്, സ്ഥിരം സമിതി അദ്ധ്യക്ഷന്മാർ എന്നിവർ അംഗങ്ങളും സെക്രട്ടറി അനൗദ്യോഗിക അംഗ സെക്രട്ടറിയുമായുള്ളതാണ് സ്റ്റിയറിങ് കമ്മിറ്റി. പഞ്ചായത്തിലെ വിവിധ സമിതികളുടെ ഏകോപനം, നിലവിലില്ലാത്ത സ്ഥിരം സമിതിയുടെ കൃത്യ നടത്തിപ്പ് എന്നിവയാണ് സ്റ്റിയറിങ് കമ്മിറ്റിയുടെ ചുമതല. ബ്ലോക്ക് തലത്തിൽ ഗ്രാമപഞ്ചായത്ത് പ്രസിഡന്റുമ്മാരെയും ജില്ലാ തലത്തിൽ ബ്ലോക്ക് പ്രസിന്റുമാരെയും കൂടി സ്റ്റിയറിങ് കമ്മിറ്റിയിൽ ഉൾപ്പെടുത്തിയാൽ പങ്കാളിത്ത സാദ്ധ്യത ഉയരും

സ്ഥിരം സമിതികൾ (സ്റ്റാൻഡിങ് കമ്മിറ്റികൾ)

തദ്ദേശഭരണ സ്ഥാപനത്തെ ഏല്പിച്ചിട്ടുള്ള കർത്തവ്യങ്ങൾ കൃത്യതയോടെ ആസൂത്രിതമായി നടപ്പാക്കാനുള്ള പങ്കാളിത്ത സമിതികളാണ് സ്ഥിരം സമിതികൾ. അതതു മേഖലയിൽ കൈമാറ്റി ലഭിച്ച സ്ഥാപന- സേവന ഏകോപനവും സ്ഥിരം സമിതികളുടെ ചുമതലയാണ്. അതത് രംഗങ്ങളിലെ ബഡ്ജറ്റ് രൂപീകരണം, പദ്ധതി രൂപീകരണം, ഏകോപനം എന്നിവയും സ്ഥിരം സമിതി ചെയ്യേണ്ടതാണ്.

പ്രവർത്തന സമിതികൾ

തദ്ദേശഭരണ സ്ഥാപനം എടുക്കുന്ന തീരുമാനങ്ങളുടെ നടത്തിപ്പിനായി രൂപീകൃതമാകുന്ന പങ്കാളിത്ത വേദികളാണ് പ്രവർത്തന സമിതികൾ.

ഉപസമിതികൾ

ഭരണ സമിതി പരിഗണനയിൽ വരുന്ന വിഷയങ്ങൾ നിറവേറ്റുന്നതിനായി അപ്പപ്പോൾ രൂപീകൃതമാകുന്ന ചെറുസമിതികളാണിവ. പ്രസ്തുത ചുമതല പൂർത്തീയാകുന്നതോടെ ഉപസമിതികൾ പിരിഞ്ഞു പോകും. ഗ്രാമസഭകൾക്ക് അമ്പതിൽ കുറയാത്ത അംഗസംഖ്യയുള്ള ഉപസമിതി രൂപീകരിക്കാവു ന്നതാണ്. ഉദാ: പട്ടികവർഗ്ഗ-പട്ടിക ജാതി ഉപസമിതി.

വാർഡ് കമ്മിറ്റി

നിയോജക മണ്ഡലത്തിലെ ജനപ്രതിനിധിയും പ്രദേശവാ സികളും ഉൾപ്പെടുന്ന സമിതി. വാർഡിലെ വികസന-ക്ഷേമ പ്രശ്നങ്ങൾ പഠിച്ച് നിഗമനം രൂപപ്പെടുത്തുന്നവയാണ് വാർഡ് കമ്മിറ്റി

ജോയിന്റ് കമ്മിറ്റി

ഒന്നിലേറെ തദ്ദേശഭരണ സ്ഥാപനങ്ങളുടെ പരിധിയിൽ വരുന്ന പ്രവൃത്തികളോ വികസനപദ്ധതികളോ സംയുക്തമായി ഏറ്റെടുത്ത് നിർവ്വഹിക്കുന്നതിനായി രൂപീകരിക്കാവുന്നതാണ് ജോയിന്റ് കമ്മിറ്റികൾ.

മാനേജ്മെന്റ് കമ്മിറ്റി

ആശുപത്രികൾ, ചികിത്സാലയങ്ങൾ, അങ്കണവാടികൾ, വിദ്യാലയങ്ങൾ, തുടങ്ങിയവയുടെ പരിപാലനത്തിന് വേണ്ടി രൂപം നല്കുന്നവയാണ് സ്ഥാപന മാനേജ്മെന്റ് കമ്മിറ്റികൾ.

വർക്സ്‌ കമ്മിറ്റി

പൊതുമരാമത്ത്‌ പണികളുടെ നിർവ്വഹണാർത്ഥം തദ്ദേശഭര ണ സ്ഥാപന തലത്തിൽ രൂപീകൃതമാകുന്നവയാണ്‌ വർക്സ്‌ കമ്മിറ്റികൾ.

ഗുണഭോക്തൃ സമിതികൾ

തദ്ദേശഭരണ സ്ഥാപനം വഴി സേവന ലഭ്യതയുള്ള മേഖലകളിൽ അവയുടെ ഗുണഭോക്താക്കളെയോ ഉപഭോക്താ ക്കളെയോ ഉൾപ്പെടുത്തി രൂപീകരിക്കുന്ന സമിതികൾ.

ജില്ലാ ആസൂത്രണ സമിതി

ഭരണഘടനയുടെ 243ZD അനുച്ഛേദം അനുസരിച്ച്‌ രൂപീകൃത മാകുന്നതാണ്‌ ജില്ലാ ആസൂത്രണ സമിതി. ഭരണഘടനാ പദവിയുള്ള ഏക ആസൂത്രണസ്ഥാപനമാണ്‌ ജില്ലാ ആസൂത്രണ സമിതി. ഗ്രാമ-നഗര ആസൂത്രണ പ്രവർത്തനം ഏകോപിപ്പിച്ച്‌ റവന്യൂ ജില്ലാതല വികസന പദ്ധതിക്കും ദീർഘകാല പദ്ധതിക്കും രൂപം നല്കുകയാണ്‌ ഡി പി സി യുടെ ചുമതല. 15 അംഗങ്ങളാണ്‌ ജില്ലാ പ്ലാനിങ്‌ കമ്മിറ്റിയിലുണ്ടാകുക. ഗ്രാമഭരണ-നഗര ഭരണപ്രദേശങ്ങ ളിൽനിന്നും ജില്ലാ ആസൂത്രണ സമിതിയിലുള്ള പ്രതിനിധികളെ ജനസംഖ്യാനുപാതികമായിട്ടാണ്‌ നിർണ്ണയിക്കുക.

ധനവിഭവം, ഭൂമിയുടെ സ്ഥലമാനലഭ്യത, ജലവിഭവം, പ്രകൃതി വിഭവം, ഭൗതിക വിഭവം, മനുഷ്യ വിഭവം, എന്നിവ പരിഗണിച്ചുവേണം ജില്ലാ പദ്ധതി തയ്യാറാക്കേണ്ടത്‌. തിരഞ്ഞെ ടുക്കപ്പെട്ട ജനപ്രതിനിധികൾക്കു പുറമെ സാമ്പത്തികാസൂത്രണ വിദഗ്ധരുടെ സേവനവും ഇതിലേക്കായി വിനിയോഗി ക്കാവുന്നതാണ്‌. അതത്‌ റവന്യൂ ജില്ലയിലെ നിയോജക മണ്ഡലങ്ങളെ പ്രതിനിധീകരിക്കുന്ന നിയമസഭാംഗം, ലോക്‌ സഭാ-രാജ്യസഭാംഗങ്ങൾ എന്നിവർ ഡി പി സി സ്ഥിരം ക്ഷണി താക്കളായിരിക്കും. ജില്ലാ ആസൂത്രണ സമിതി ക്വാറം അഞ്ച്‌ അംഗങ്ങൾ എന്നത്‌ ആയിരിക്കും.

സംസ്ഥാന വികസന കൗൺസിൽ

1999 ലെ കേരള മുനിസിപ്പാലിറ്റി നിയമ ഭേദഗതി നിർദ്ദേശത്തിൽ 5-ാം വകുപ്പ്‌ ഭേദഗതിയായി, മൂല നിയമത്തിന്‌ നിർദ്ദേശിക്കുന്ന കാതലായ മാറ്റമാണ്‌ സംസ്ഥാന വികസന കൗൺസിൽ സംബന്ധിച്ച കൂട്ടിച്ചേർക്കൽ വ്യവസ്ഥ. മുഖ്യമന്ത്രി യാണ്‌ സംസ്ഥാന വികസന കൗൺസിൽ (എസ്‌ ഡി സി) ചെയർമാൻ ആയിരിക്കുക. മന്ത്രിമാർ, പ്രതിപക്ഷ നേതാവ്‌ മുതലായവർ വൈസ്‌ ചെയർമാന്മാർ ആയിരിക്കുന്നതാണ്‌. ജില്ലാ ആസൂത്രണ സമിതി ചെയർമാന്മാർ, കോർപ്പറേഷൻ മേയർമാർ, സർക്കാർ നാമനിർദ്ദേശം ചെയ്യുന്ന മുനിസിപ്പൽ ചെയർപേഴ്സണ്മാർ, ബ്ലോക്ക്‌ -ഗ്രാമപഞ്ചായത്ത്‌ അസോസി യേഷൻ ഭാരവാഹികൾ, എന്നിവർ അംഗങ്ങളും സംസ്ഥാന ചീഫ്‌ സെക്രട്ടറി മെമ്പർ സെക്രട്ടറിയും ആയിരിക്കുന്നതാണ്‌.

പ്രാദേശിക വികസനം, മേഖലാതലവികസനം, സംയോ ജിത വികസനം, എന്നിവയിലെ നയ രൂപീകരണം, പൊതുവിക സന പ്രശ്നങ്ങൾക്ക്‌ പരിഹാരം കാണുക, വികസന ആസൂത്രണ നിർവ്വഹണ കാര്യങ്ങളിൽ നിരീക്ഷണവും അവലോകനവും നടത്തുക എന്നിവയാണ്‌ സംസ്ഥാന വികസന കൗൺസിലിന്റെ ഉത്തരവാദിത്വം. ആറുമാസത്തിൽ ഒരിക്കൽ സംസ്ഥാന വികസന കൗൺസിൽ യോഗം ചേരേണ്ടതാണ്‌.

തദ്ദേശഭരണപങ്കാളിത്തം പൂർണ്ണമാക്കുന്നതിന്‌ അധികാരം ജനപ്ര തിനിധികളിലേക്കല്ല ജനങ്ങളിലാണ്‌ എത്തേണ്ടത്‌. അതിനുള്ള പരമാവധി അവസരവും വേദിയും സൃഷ്ടിക്കു കയാണ്‌ ചെയ്യേണ്ടത്‌. അത്തരം വേദികളും അവസരവും പ്രയോജനപ്പെടുത്താൻ ജനങ്ങളെ പ്രാപ്തരും സജ്ജരും ആക്കേണ്ടതുണ്ട്‌. കുട്ടികൾ ജനാധിപത്യ ബോധമുള്ളവരായാൽ ഈ കാര്യത്തിൽ വലിയ മുന്നേറ്റം ഉണ്ടാക്കാൻ കഴിയും.

തുടർപാഠം

- ഗ്രാമ-ബ്ലോക്ക്‌-ജില്ലാ പഞ്ചായത്ത്‌ കാര്യാലയങ്ങൾ മുനിസിപ്പൽ- നഗരസഭാ ഓഫീസുകൾ മുതലായവ സന്ദർശിച്ച്‌ പഠന റിപ്പോർട്ട്‌ തയ്യാറാക്കുക

- ജനപ്രതിനിധികളുമായി അഭിമുഖം നടത്തിക്കൊണ്ട് അനുഭവക്കുറിപ്പുകൾ തയ്യാറാക്കുക
- തദ്ദേശ ഭരണ സ്ഥാപനത്തിലെ വനിതാ പ്രാതിനിധ്യവും പങ്കാളിത്തവും സംബന്ധിച്ച് പഠന റിപ്പോർട്ട് തയ്യാറാക്കുക
- ഗ്രാമസഭാ സംഘാടനവും പ്രവർത്തനവും അവലോകന രേഖ തയ്യാറാക്കുക
- തദ്ദേശ ഭരണ സ്ഥാപനത്തിനു കീഴിൽ പ്രവർത്തിക്കുന്ന വിവിധ സ്ഥാപനങ്ങൾ, ജീവനക്കാർ എന്നിവരുടെ സ്ഥിതി വിവര റിപ്പോർട്ട് തയ്യാറാക്കുക
- ഗ്രാമസഭയിൽ ചർച്ചയ്ക്കായുള്ള ഒരു വികസന രേഖ തയ്യാറാക്കുക
- ജില്ലാ ആസൂത്രണ സമിതിക്ക് സമർപ്പിക്കാൻ ഒരു വികസന പദ്ധതി തയ്യാറാക്കുക

7

പഞ്ചായത്തിന്റെ ചുമതലകൾ

തദ്ദേശ ഭരണ സ്ഥാപനങ്ങൾക്ക് സംസ്ഥാന സർക്കാരുകൾ കൈമാറി ഏല്പിച്ചുകൊടുക്കേണ്ടതായ മേഖലകൾ 73, 74 ഭരണഘടനാ ഭേദഗതി നിയമങ്ങളുടെ ഭാഗമായ 11, 12 എന്നീ പട്ടികകൾ വ്യക്തമാക്കുന്നു. എന്നാൽ അവ ഏതെല്ലാം തലങ്ങളിൽ ഏതെല്ലാം അളവിൽ, എത്ര കണ്ട് ഏല്പിക്കണം എന്നത് ഭരണഘടന അനുശാസിക്കുന്നില്ല. അത് സംസ്ഥാന സർക്കാരുകൾക്ക് തീരുമാനിക്കാവുന്നതാണ്. ഏല്പിക്കപ്പെടുന്ന വിഷയങ്ങളിൽ തന്നെ മാർഗ്ഗ നിർദ്ദേശവും നിയന്ത്രണ നിർവ്വഹ ണവും നടത്താനുള്ള അധികാരം സംസ്ഥാന സർക്കാരുകൾ ക്കുണ്ട്. പട്ടികകൾ അന്യത്ര ചേർത്തിട്ടുള്ളത് കാണുക.

കേരളപഞ്ചായത്ത്രാജ് നിയമം ഗ്രാമ-ബ്ലോക്ക്-ജില്ലാ പഞ്ചായത്തുകളുടെ ചുമതലകൾ പട്ടികപ്പെടുത്തുന്നുണ്ട്. 3 മുതൽ 5 വരെ പട്ടികകളായി ഇത് ഉൾപ്പെടുത്തിയിരിക്കുന്നത് കാണുക. മുഖ്യമായി മൂന്ന് വിഭാഗങ്ങളിലായാണ് ചുമതലകൾ വിന്യസിച്ചിരിക്കുന്നത്

1. അനിവാര്യചുമതലകൾ
2. പൊതു ചുമതലകൾ
3. മേഖലാ ചുമതലകൾ

തദ്ദേശഭരണ സ്ഥാ പനങ്ങൾ നിർബ്ബന്ധി തമായി മുഖ്യ ഊന്നൽ നല്കി പ്രവർത്തിക്കേണ്ട കാര്യങ്ങളാണ്‌ അനിവാ ര്യ ചുമതലകൾ. നിയമം നിർദ്ദേശിക്കുന്നതായ പൊതു സ്വഭാവമുള്ള രംഗങ്ങളാണ്‌ രണ്ടാ മത്തെ വിഭാഗം. പഞ്ചായത്തിന്റെ കർമ്മപരിപാടികളിലും പ്രവർത്തനങ്ങളിലും ഊന്നൽ നല്കി ഉൾപ്പെടുത്തേണ്ട രംഗങ്ങളിലെ ചുമതലകളാണിവ. ഭരണഘടനയിലെ നിർദ്ദേശക തത്ത്വങ്ങളുടേതിന്‌ സമാനമായ നിർവ്വഹണ സ്വഭാവമാണ്‌ പൊതു ചുമതലകൾക്കുള്ളത്. മൂന്നാമത്തെ വിഭാഗം വിവിധ ഭരണ-വികസന-ക്ഷേമ-സുരക്ഷാ രംഗങ്ങളിലെ ചുമതല കളാണ്‌. അതിൽ തന്നെ കൃഷിയും മൃഗസംരക്ഷണവും മത്സ്യ മേഖലയയും ഉൾപ്പെടെ പ്രാഥമിക ഉല്പാദന രംഗം, ഗതാഗതം, മരാമത്ത്, കടത്തിറക്ക്, പാർപ്പിട നിർമ്മാണം, ജല-ഊർജ്ജ സ്രോതസ്സുകൾ തുടങ്ങിയ പശ്ചാത്തല മേഖല വിദ്യാഭ്യാസം-ആരോഗ്യം-കുടിവെള്ളം-ശുചിത്വം-പ്രാഥമിക പ്രതിരോധം-ദാരിദ്ര്യ ദൂരീകരണം-ക്ഷേമ സുരക്ഷ മുതലായവ ഉൾപ്പെടുന്ന സേവന മേഖലയും അടങ്ങിയിരിക്കുന്നു.

നിയാമക ചുമതലകളും തദ്ദേശഭരണ സ്ഥാപനങ്ങൾക്കുണ്ട്‌ ഉദാഹരണമായി ജനനമരണ രജിസ്ട്രേഷൻ നടത്തുക, (പൊതു) വിവാഹ രജിസ്‌ട്രേഷൻ നടത്തുക, ജൈവ വൈവിധ്യ സ്രോതസ്സുകളുടെ പട്ടിക തയ്യാറാക്കുക, മാലിന്യ ശുചീകരണം നടത്തുക, രോഗപ്രതിരോധ പരിപാടികൾ നടപ്പാക്കുക മുതലായവ ഇതിൽ പെടുന്നു.

ഇവയ്ക്കു പുറമെ പ്രാദേശികഭരണകൂടങ്ങൾ എന്ന നിലയിൽ നിർവ്വഹിക്കേണ്ടതായ തനത് ചുമതലകളും പഞ്ചായത്തുകൾക്കുണ്ട്.

• നിശ്ചിത നിരക്കുകൾ, നികുതികൾ, ചാർജുകൾ,

മുതലായവ പിരിച്ചെടുക്കുക
* പൊതുനിരത്തുകൾ, പൊതുചാലുകൾ, പൊതു
  സ്ഥലങ്ങൾ മുതലായവ സംരക്ഷിക്കുക
* പൊതുമാർക്കറ്റുകൾ, വണ്ടിത്താവളങ്ങൾ, കയറ്റിറക്കു
  സ്ഥലങ്ങൾ, കടത്തുകൾ, കന്നുകാലിക്കളങ്ങൾ മുതലാ
  യവ പരിപാലിക്കുക
* പൊതു കശാപ്പുശാലകൾ സ്ഥാപിച്ച് പ്രവർത്തിപ്പിക്കുക
* പൊതു സ്ഥാവര-ജംഗമ സ്വത്തുക്കൾ പരിപാലിച്ച്
  വിനിയോഗി ക്കുക. മെച്ചപ്പെടുത്തുക
* സ്ഥാപന-സേവന നിയന്ത്രണവും ജീവനക്കാരുടെ
  ഭരണനിയ ത്രണവും പാലിക്കുക
* രേഖകളും രജിസ്റ്ററുകളും സൂക്ഷിക്കുക, വിവരാവകാശ
  നിയമം പരിപാലിക്കുക
* കണക്കുകൾ, ഭരണ റിപ്പോർട്ടുകൾ എന്നിവ യഥാക്രമം
  തയ്യാറാക്കാനും ഓഡിറ്റിന് വിധേയമാക്കാനുമുള്ള കടമ
* പ്രാദേശിക വികസന പദ്ധതി രൂപീകരണം നടത്തിപ്പ്
  അവലോകനം
* ഗ്രാമസഭാ നടത്തിപ്പ്
* സദ്ഭരണക്രമത്തിന്റെ നിർവ്വഹണം
* നിർവ്വഹണ നിരീക്ഷണവും പരിഹാര നടത്തിപ്പും
* കലാ-കായിക സാംസ്കാരിക വികാസം ഉറപ്പാക്കുക
* തദ്ദേശ ഭരണ ട്രിബ്യ്യൂണൽ-ഓംബുഡ്സ്മാൻ ഉത്തര
  വുകൾക്ക് പ്രാബല്യം നല്കുക.
* അയൽക്കൂട്ടങ്ങൾ ജാഗ്രതാ സമിതികൾ, സംരംഭക
  സംഘങ്ങൾ മുതലായവ പ്രോത്സാഹിപ്പിക്കുക.

നിയമങ്ങളും ചട്ടവും അനുശാസിക്കുന്ന ഇതര ചുമതലകൾ
ഇവ നിറവേറ്റുന്നതിനുള്ള കർമ്മ പരിപാടിയുടെ രൂപീകരണവും
നടത്തിപ്പുമാണ് പ്രാദേശിക ഭരണകുടങ്ങൾ ചെയ്യേണ്ടത്.

ബ്ലോക്ക്-ജില്ലാ പഞ്ചായത്തുകൾക്ക് അനിവാര്യചുമതലകൾ
നിർദ്ദേശിക്കപ്പെട്ടിട്ടില്ല. നേരിട്ടുള്ള പ്രാദേശിക ഭരണ സ്ഥാപന
മായ ഗ്രാമപഞ്ചായത്തുകൾക്കാണ് അനിവാര്യ ചുമതലകൾ
നിർണ്ണയിക്കപ്പെട്ടിട്ടുള്ളത്. ബ്ലോക്ക്-ജില്ലാ പഞ്ചായത്തുകൾക്ക്

തൊട്ടു താഴെത്തട്ടിലുള്ള സ്ഥാപനങ്ങളെ സഹായിക്കുന്ന തിനായുള്ള പൊതുചുമതലകളും അതത് തലത്തിലുള്ള ഭരണ-വികസന മേഖലാചുമതലകളും ആണ് നിർണ്ണയിക്ക പ്പെട്ടിട്ടുള്ളത്.

ഇതിന് സമാനമായ തരത്തിൽ മുനിസിപ്പൽ പ്രദേശങ്ങളിലെ ചുമതലകൾ നഗര മുനിസിപ്പാലിറ്റികൾക്കും കോർപ്പറേഷനു കൾക്കും പട്ടികപ്പെടുത്തി നിശ്ചയിച്ചിരിക്കുന്നു. ജനങ്ങളുടെ നിത്യജീവിതവുമായി നേരിട്ട് ബന്ധപ്പെട്ടിട്ടുള്ള ഈ ചുമതലകൾ കൃത്യമായി നിറവേറ്റു മ്പോഴാണ് തദ്ദേശഭരണസ്ഥാപനങ്ങൾ പ്രാദേശിക ഭരണ കൂടങ്ങളായി മാറുക.

ഇതിന്റെ ഏറ്റവും പ്രധാന ഭാഗമാണ് തദ്ദേശഭരണവുമായി ബന്ധപ്പെട്ട് ഓരോ തലത്തിലേക്കും കൈമാറിയിട്ടുള്ള വിവിധ സ്ഥാപനങ്ങളും അവയുടെ നടത്തിപ്പും സേവന ലഭ്യതയും. കൃഷി, മൃഗപരിപാലനം, ക്ഷീരവികസനം, മത്സ്യസമ്പത്ത്, ഗ്രാമവികസനം, ശിശു-മാതൃപരിപാലനം അങ്കണവാടികൾ, പ്രാഥമികാരോഗ്യ സ്ഥാപനങ്ങൾ, (അലോപ്പതി, ആയുർവേദം, ഹോമിയോ, സിദ്ധ, യുനാനി) പ്രാഥമിക വിദ്യാലയങ്ങൾ, പൊതുമരാമത്ത്, സാംസ്കാരിക സ്ഥാപനങ്ങൾ എന്നിവ ഇപ്ര കാരം കൈമാറിയിരിക്കുന്നു. ഇതിലെ ഉദ്യോഗസ്ഥരെയും ജീവനക്കാരെയും നിയമിക്കുന്നതും നിയന്ത്രിക്കുന്നതും സർക്കാരാണ്. എന്നാൽ നിയമകാലയളവിൽ അവയുടെ ഭരണ കാര്യനിർവ്വഹണ സംവിധാനം അതത് തദ്ദേശ ഭരണ സ്ഥാപനങ്ങളാണ് താല്ക്കാലിക ജീവനക്കാരുടെ നിയമനവും നിയന്ത്രണവും അതത് തദ്ദേശ ഭരണ സ്ഥാപനങ്ങളും ചുമത ലയാണ്. ഈ സ്ഥാപനങ്ങളുടെ പരമാവധി മികച്ച ഗുണനില വാരമുള്ള സേവനം പൊതു ജനസമൂഹത്തിന് ഉറപ്പാക്കാൻ തദ്ദേശ ഭരണസംവിധാനത്തിന് കഴിയണം. ഇവയുടെ പശ്ചാത്തല സൗകര്യം മെച്ചപ്പെടുത്തുക, നിർവ്വഹണ നിലവാരം ഉയർത്തുക, നടത്തിപ്പ് അവലോകനം ചെയ്യുക, പരാതികൾ പരിഹരിക്കുക എന്നിവ പ്രാദേശികഭരണകൂടങ്ങൾ ചെയ്യണം. സാദ്ധ്യമായ സദ്ഭരണ ഉപാധികൾ ഇതിനായി ഉപയോഗ പ്പെടുത്തണം

ഇത്തരം സ്ഥാപനങ്ങളിലെ ജീവനക്കാരുടെ സേവനക്രമം

ഉറപ്പാക്കുക, അവധി അനുവാദം ഉറപ്പാക്കുക, നിരീക്ഷണാ
വലോകനം നടത്തുക, യോഗ പങ്കാളിത്തം ഉറപ്പാക്കുക,
പ്രവർത്തന റിപ്പോർട്ടുകൾ പരിശോധിക്കുക, ടൂർ ഡയറി
പരിശോധിക്കുക, ഫീൽഡ്‌ ഡ്യൂട്ടി നിർണ്ണയിക്കുക, തുടങ്ങിയവ
ഇക്കാര്യത്തിൽ തദ്ദേശഭരണ സ്ഥാപ നങ്ങൾക്ക്‌ പ്രയോജനപ്പെ
ടുത്താവുന്നതാണ്‌.

ഗ്രാമപഞ്ചായത്തിന്റെ ചുമതലകൾ

അനിവാര്യ ചുമതലകൾ

കേരള പഞ്ചായത്ത്‌ രാജ്‌ നിയമം 1994 (പിന്നീട്‌ വന്ന
ഭേദഗതികൾ ഉൾപ്പെടെ) സംസ്ഥാനത്തെ ഗ്രാമപഞ്ചായത്തുകൾ
നിർവ്വഹിക്കേണ്ട അനിവാര്യ ചുമതലകളെക്കുറിച്ച്‌ പ്രതിപാദിക്കു
ന്നുണ്ട്‌. അനിവാര്യ ചുമതലകൾ എന്നതുകൊണ്ട്‌ അർത്ഥമാ
ക്കുന്നത്‌ ഒരു ഗ്രാമപഞ്ചായത്ത്‌ സംവിധാനം ആ പ്രദേശത്തെ
പ്രാദേശിക സർക്കാർ എന്ന നിലയിൽ ഗ്രാമപഞ്ചായത്ത്‌
പ്രദേശത്തിന്റെ വികസനവും, ജനങ്ങളുടെ ക്ഷേമവും
ഉറപ്പാക്കുന്നതിന്‌ നിർബ്ബന്ധപൂർവ്വം നിർവ്വഹിക്കേണ്ടതും നിയമ
പരമായി ബാധ്യസ്ഥവുമായ ചുമതലകൾ എന്നാണ്‌. അനിവാര്യ
ചുമതലകൾ എന്നതു സൂചിപ്പിക്കുന്നത്‌ മുൻഗണന നല്‌കി
നിർബ്ബന്ധപൂർവ്വം നടപ്പിലാക്കേണ്ടുന്ന പ്രവൃത്തികൾ എന്നാണ്‌.
അതായത്‌ ഒരു ഗ്രാമപഞ്ചായത്ത്‌ അതിന്റെ പ്രവർത്തന
പരിപാടികൾ രൂപീകരിക്കുമ്പോൾ അനിവാര്യ ചുമതലകളുടെ
നിർവ്വഹണത്തിനായിരിക്കണം മുഖ്യ ഊന്നൽ നൽകേണ്ടത്‌.

1999 ലെ കേരള പഞ്ചായത്ത്‌ രാജ്‌ (ഭേദഗതി) നിയമം
അനുസ രിച്ചുള്ള ഗ്രാമപഞ്ചായത്തിന്റെ അനിവാര്യ ചുമതല
കളുടെ ചുരുക്കം താഴെ ചേർക്കുന്നു

- കെട്ടിട നിർമ്മാണം നിയന്ത്രിക്കുക
- പൊതു സ്ഥലങ്ങൾ കൈയേറ്റം ചെയ്യപ്പെടാതെ
സംരക്ഷിക്കുക
- പരമ്പരാഗത കുടിവെള്ള സ്രോതസ്സുകളും കുളങ്ങളും
മറ്റു ജലസംഭരണികളും ഗ്രാമപഞ്ചായത്തിന്റെ

ചുമതലയിലുള്ള ജലമാർഗ്ഗങ്ങളും കനാലുകളും സംരക്ഷിക്കുക

- ഖരമാലിന്യങ്ങൾ ശേഖരിക്കുകയും കൈയൊഴിയുകയും ചെയ്യുക. ദ്രവമാലിന്യം നീക്കം ചെയ്യുന്നത് ക്രമീകരിക്കുക. പേമാരി മൂലമുണ്ടാകുന്ന വെള്ളം ഒഴുക്കിക്കളയുക. പരിസ്ഥിതി ആരോഗ്യരക്ഷകമാക്കി സംരക്ഷിക്കുക

- പൊതു മാർക്കറ്റുകൾ പരിപാലിക്കുക
- സാംക്രമിക രോഗവാഹികളെ നിയന്ത്രിക്കുക
- മൃഗങ്ങളുടെ കശാപ്പ്, മാംസം, മത്സ്യം എളുപ്പത്തിൽ കേടുവരുന്ന മറ്റ് ഭക്ഷ്യവസ്തുക്കൾ എന്നിവയുടെ വില്പന നിയന്ത്രിക്കുക. ഭക്ഷണശാലകളെ നിയന്ത്രിക്കുക ഭക്ഷണത്തിൽ മായം ചേർക്കുന്നത് തടയുക.
- റോഡുകളും മറ്റു പൊതുമുതലുകളും സംരക്ഷിക്കുക
- തെരുവു വിളക്കുകൾ കത്തിക്കുകയും അവ പരിപാലിക്കുകയും ചെയ്യുക
- രോഗ പ്രതിരോധ നടപടികൾ സ്വീകരിക്കുക, രോഗപ്രതിരോധ ത്തിനും നിയന്ത്രണത്തിനുമായി ദേശീയ തലത്തിലും സംസ്ഥാനതലത്തിലുമുള്ള തന്ത്രങ്ങളും പരിപാടികളും ഫലപ്രദമായി നടപ്പാക്കുക.
- ശവപ്പറമ്പുകളും ശ്മശാനങ്ങളും സ്ഥാപിക്കുകയും പരിപാലിക്കുകയും ചെയ്യുക
- അപകടകരവും അസഹ്യകരവുമായ വ്യാപാരങ്ങൾക്ക് ലൈസൻസ് നല്കുക.
- ജനനവും മരണവും രജിസ്റ്റർ ചെയ്യുക
- കുളിക്കടവുകളും അലക്കുകടവുകളും സ്ഥാപിക്കുക. കടത്തുകൾ ഏർപ്പെടുത്തുക. വാഹനങ്ങൾ പാർക്ക് ചെയ്യുന്നതിനുള്ള   താവളങ്ങൾ ഏർപ്പെടുത്തുക. യാത്രക്കാർക്കായി വെയ്റ്റിങ് ഷെഡ്ഡുകൾ നിർമ്മിക്കുക പൊതുസ്ഥലങ്ങളിൽ മൂത്രപ്പുരയും കക്കൂസും കുളി സ്ഥലങ്ങളും ഏർപ്പെടുത്തുക
- മേളകളുടെയും ഉത്സവങ്ങളുടെയും നടത്തിപ്പ് ക്രമീകരിക്കുക

- വളർത്തു നായ്ക്കൾക്ക്‌ ലൈസൻസ്‌ നല്കുകയും അലഞ്ഞു നടക്കുന്ന നായ്ക്കളെ ഇല്ലായ്മ വരുത്തുക യും ചെയ്യുക

പൊതുചുമതലകൾ

- പൊതുവായ ചുമതലകൾ എന്നത്‌ നിർബ്ബന്ധപൂർവ്വം നടപ്പിലാ ക്കേണ്ട അനിവാര്യ ചുമതലകളിൽ നിന്ന്‌ വ്യത്യസ്തമായി നിർദ്ദേശിക്കുന്ന പൊതു സ്വഭാവമുള്ള ചുമതലകളാണ്‌. അനിവാര്യചുമതലകൾക്കു പുറമെ പഞ്ചായത്ത്‌ കർമ്മപരിപാടിയിലും ഊന്നൽ നല്കേണ്ട വയായി ഇവ കണക്കാക്കപ്പെടുന്നു. ഭരണ ഘടനയിലെ നിർദ്ദേശകതത്ത്വങ്ങളുടെ സ്വഭാവം ഉൾക്കൊള്ളുന്ന തരത്തിൽ നടപ്പിലാക്കാൻ നിർദ്ദേശിക്കപ്പെടുന്നവയാണ്‌ പൊതു ചുമതലകൾ.
- അവശ്യ സ്ഥിതിവിവരക്കണക്കുകൾ ശേഖരിക്കുകയും കാലാനുസൃതമാക്കുകയും ചെയ്യുക

- സ്വയംസന്നദ്ധ പ്രവർത്തകരെ സംഘടിപ്പിക്കുകയും കൂട്ടായ പ്രവർത്തനങ്ങളിൽ ഭാഗഭാക്കുകളാക്കുകയും ചെയ്യുക

- മിതവ്യയം ശീലിക്കുന്നതിന് പ്രചരണ പരിപാടികൾ സംഘടി പ്പിക്കുക

- മദ്യപാനം, മയക്കുമരുന്നുകളുടെ ഉപയോഗം, സ്ത്രീ ധനം, സ്ത്രീകളെയും കുട്ടികളെയും പീഡിപ്പിക്കൽ തുടങ്ങിയ സാമൂഹ്യ തിന്മകൾക്കെതിരെ ബോധവല്ക്ക രണം നടത്തുക

- വികസനത്തിന്റെ എല്ലാ ഘട്ടങ്ങളിലും പരമാവധി ജനപങ്കാളിത്തം ഉറപ്പുവരുത്തുക

- പ്രകൃതി ക്ഷോഭമുണ്ടാകുമ്പോൾ ദുരിതാശ്വാസ പ്രവർത്തനങ്ങൾ സംഘടിപ്പിക്കുക, പരിസ്ഥിതി സംബന്ധിച്ച ബോധവല്ക്കരണം നടത്തുക

- സഹകരണ മേഖല വികസിപ്പിക്കുക

- സാമുദായിക ഐക്യം മെച്ചപ്പെടുത്തുക, സാമുദായിക സ്പർദ്ധകളുണ്ടാകുമ്പോൾ ഇടപെടുക, ഒത്തുതീർപ്പു കൾ രൂപപ്പെടുത്തുക, സാമൂഹ്യ കൂട്ടായ്മകൾ സംഘടി പ്പിക്കുക

- വികസനാവശ്യങ്ങൾക്ക് ഭൂമി സൗജന്യമായി വിട്ടു കൊടുക്കുന്നതുൾപ്പെടെ പണമായോ വസ്തുക്കളായോ പ്രാദേശികമായി വിഭവ സമാഹരണം നടത്തുക.

- ദുർബ്ബല വിഭാഗങ്ങൾക്കിടയിൽ നിയമ ബോധവൽ ക്കരണം നടത്തുക.

- സാമ്പത്തിക കുറ്റങ്ങൾക്കെതിരെ പ്രചരണം നടത്തുക.

- പാവപ്പെട്ടവരെ കേന്ദ്രീകരിച്ച് അയൽക്കൂട്ടങ്ങളും സ്വാശ്രയസംഘങ്ങളും രൂപീകരിക്കുക

- പൗരധർമ്മത്തെപ്പറ്റി ബോധവല്ക്കരണം നടത്തുക. പൗരന്മാർക്കിടയിൽ അവരുടെ ഉത്തരവാദിത്വങ്ങ ളെയും കടമകളെയും കുറിച്ചും അവകാശങ്ങളെക്കു റിച്ചും ബോധവൽക്കരണം നടത്തുക

ഭരണമേഖലാ ചുമതലകൾ

ഓരോ ഭരണ-വികസന-ക്ഷേമരംഗത്തും സവിശേഷമായി തദ്ദേശഭരണ സ്ഥാപനം നിർവ്വഹിക്കേണ്ടുന്ന ചുമതലകളാണ്‌ മേഖലാ ചുമതലകൾ

കൃഷി മേഖല

പരമാവധി ഭൂവിനിയോഗം, തരിശുഭൂമി കൃഷിയോഗ്യമാ ക്കൽ, മണ്ണ്‌, സംരക്ഷണം, ജൈവവള ഉല്പാദനം, കൂട്ടുകൃഷി, കാർഷിക തദ്ദേശ സംഘം, ഉദ്യാനകൃഷി, പച്ചക്കറി കൃഷി, കാലിത്തീറ്റവിള ഉല്പാദനം, സസ്യസംരക്ഷണം, വിത്ത്‌ ഉല്പാദനം, യന്ത്രവൽകൃത കൃഷി എന്നിവ നിർവ്വഹിക്കാൻ തക്കവിധം കൃഷിഭവനുകളുടെ നടത്തിപ്പ്‌

മൃഗസംക്ഷണം/ക്ഷീരോല്പാദനം

കന്നുകാലി വികസനം, പാൽ ഉല്പാദനം, മുട്ടക്കോഴി, ഇറച്ചിക്കോഴി, ആട്‌, പന്നി, മുയൽ എന്നിവയുടെ പരിപാലനം തേനീച്ച വളർത്തൽ, മൃഗരോഗ പ്രതിരോധം പ്രത്യുല്പാദന ക്ഷമതാവികസനം, ജന്തുക്കളോടുള്ള ക്രൂരത തടയുക, മൃഗജന്യരോഗങ്ങൾ തടയുക എന്നിവ മുൻനിർത്തി മൃഗാശു പത്രിയുടെ നടത്തിപ്പ്‌

മത്സ്യസമ്പത്ത്‌

ഉൾനാടൻ മത്സ്യസമ്പത്ത്‌ വികസനം, മത്സ്യക്കുഞ്ഞ്‌ ഉല്പാദനം, വിതരണം, മത്സ്യബന്ധന ഉപാധികളുടെ വിതരണം, മത്സ്യവിപണി, മത്സ്യത്തൊഴിലാളി ക്ഷേമ സൗകര്യം എന്നിവ മുൻനിർത്തിയുള്ള സേവനച്ചുമതല.

സാമൂഹ്യ വനവല്ക്കരണം

കാലിത്തീറ്റ വികസനം, ഇന്ധന ലഭ്യത വികസനം, ഭൂസംരക്ഷണം, പരിസ്ഥിതി സംരക്ഷണം, പാഴ്ഭൂമി വനവല്ക്കര ണം എന്നിവയ്ക്കായുള്ള ഉദ്യമം നടപ്പാക്കുക.

വ്യവസായം

ഗ്രാമീണ-പരമ്പരാഗത-ചെറുകിട-കുടിൽ വ്യവസായ സ്ഥാപനം, പ്രോത്സാഹനം, സംരംഭക പരിശീലനം, മാർഗ്ഗ നിർദ്ദേശം, പിന്തുണാ സംവിധാനം ഏർപ്പെടുത്തുവാൻ തക്ക ഖാദി-ഗ്രാമീണ വ്യവസായ വികസനച്ചുമതല

പാർപ്പിടം

ഭവനരഹിതർ, ഭൂരഹിതർ, അതീവദരിദ്രർ, എന്നിവർക്ക് സുരക്ഷിത പാർപ്പിട സംരംഭം നടപ്പാക്കുക

ജലവിതരണം

ഗ്രാമീണ കുടിവെള്ള വിതരണം, കുടിനീർസ്രോതസ്സ് സംരക്ഷണ പരിപാലനം, ജലവിതരണ സംവിധാനത്തിലെ അറ്റകുറ്റപ്പണികൾ എന്നിവയുടെ ചുമതല

ഊർജ്ജ വിതരണം

തെരുവു വിളക്കുകളുടെ സ്ഥാപനവും പരിപാലനവും ബദൽ ഊർജ്ജസ്രോതസ്സുകളുടെ വികസനം, വിനിയോഗം എന്നിവയ്ക്കായുള്ള ചുമതല

വിദ്യാഭ്യാസം

സർക്കാർ പ്രീ-പ്രൈമറി/പ്രൈമറി സ്കൂളുകളുടെ നടത്തിപ്പ്, സാക്ഷരതാ പരിപാടി, ഗ്രന്ഥശാലകൾ, വായനശാലകൾ എന്നിവയുടെ നടത്തിപ്പ്, വിദ്യാഭ്യാസ ഗുണനിലവാര വർദ്ധന

മരാമത്ത്

ഗ്രാമീണ നിരത്തുകളുടെ നിർമ്മാണം, പരിപാലനം, പഞ്ചായത്ത് സ്ഥാപനങ്ങളുടെ നിർമ്മാണ നിർവ്വഹണം എന്നീ ചുമതലകൾ

ജലസേചനം

ഗ്രാമീണ ചെറുകിട ജലസ്രോതസ്സുകളുടെ സംരക്ഷണം,

ജലസേചന പദ്ധതി പരിപാലനം, ചെറുനീർത്തട പരിപാലന വും വികസനവും, ജലസംരക്ഷണ പരിപാടികൾ, മലിനജല നിർഗ്ഗമന സംവിധാനം എന്നിവയുടെ നടത്തിപ്പ്‌

ആരോഗ്യം ശുചിത്വം

എല്ലാ വിഭാഗം ചികിത്സാ രംഗങ്ങളിലെയും പ്രാഥമിക ആരോഗ്യ സ്ഥാപനങ്ങൾ, മാതൃ-ശിശു ക്ഷേമ-പരിപാലന കേന്ദ്രങ്ങൾ, രോഗപ്രതിരോധ - പുനരധിവാസ നടപടികൾ കുടുംബക്ഷേമ പ്രവർത്തനങ്ങൾ ശുചിത്വ പരിപാലനം എന്നിവയുടെ ചുമതല

സാമൂഹ്യക്ഷേമം

കുട്ടികൾ, അഗതികൾ, വിധവകൾ, കായികമായി വെല്ലുവിളിയും ദൗർബ്ബല്യവും നേരിടുന്നവർ, വൃദ്ധർ, ബുദ്ധിപരമായ വെല്ലുവിളി നേരിടുന്നവർ, ദരിദ്ര പീഡിത വിഭാഗങ്ങൾ എന്നിവർക്കുള്ള ക്ഷേമം, സുരക്ഷ, പുനരധിവാസം എന്നിവയ്ക്കുള്ള ചുമതല.

ദാരിദ്ര്യ ദൂരീകരണം

ദാരിദ്ര്യ നിർണ്ണയം, ദരിദ്രരെ കണ്ടെത്തൽ, പരമദരിദ്രർ, സ്ത്രീകൾ തുടങ്ങിയവർക്ക്‌ സുസ്ഥിരക്ഷേമവികസന പരിപാടി കൾ ഏർപ്പെടുത്തുക തുടങ്ങിയ ചുമതലകൾ

പ്രത്യേക വികസന പ്രവർത്തനം

ദളിത്‌-പിന്നോക്ക വിഭാഗങ്ങൾക്കായുള്ള വികസനക്ഷേമ നടപടികൾ, വിദ്യാഭ്യാസം, ക്ഷേമ നടപടികൾ, പ്രത്യേക പരിരക്ഷാ നടപടി കൾ മുതലായവയ്ക്കുള്ള ചുമതല

കായിക-സാംസ്കാരിക മേഖല

സാംസ്കാരിക പരിപോഷണം, കായിക-കലാപോഷണം എന്നിവയ്ക്കുള്ള ബഹുമുഖ ചുമതല.

പൊതുവിതരണം

അളവുതൂക്ക കുറ്റങ്ങളുടെ നിയന്ത്രണം, പൊതുവിതരണ ക്രമം, പരിശോധനയും പരാതി പരിഹാരവും, റേഷൻകട, നീതിസ്റ്റോർ, മാവേലി സ്റ്റോർ തുടങ്ങിയവയുടെ മേൽനോട്ടവും മാർഗനിർദ്ദേശവും പുതിയ പൊതുവിതരണ കേന്ദ്രം തുറക്കൽ എന്നീ ചുമതലകൾ.

പ്രകൃതിക്ഷോഭ/ദുരിതാശ്വാസം

നഷ്ടപരിഹാരം, പുനർനിർമ്മാണം മുതലായ കൃത്യങ്ങൾ

സഹകരണം

പരസ്‌പര സഹായ സംഘങ്ങളുടെ സംഘാടനവും ശാക്തീകരണവും

നിയമസമാധാനപാലനം

പൊലീസിന്റെ സേവനം അനിവാര്യമായ സന്ദർഭങ്ങളിൽ രേഖാമൂലം ആവശ്യപ്പെട്ട്‌ നിയമസമാധാന പരിപാലന സാദ്ധ്യത ഉറപ്പാക്കാനുള്ള ചുമതല

വിവാഹ രജിസ്‌ട്രേഷൻ

ഹിന്ദു വിവാഹ നിയമപ്രകാരമുള്ള വിവാഹങ്ങളുടെ രജിസ്‌ട്രേഷനും ഇതര നിയമങ്ങൾ അനുശാസിക്കുന്ന പക്ഷം പ്രസ്തുത വിവാഹങ്ങളുടെ രജിസ്‌ട്രേഷനും നടത്തുകയും വിവാഹസർട്ടിഫിക്കറ്റ്‌ നല്കുകയും ചെയ്യുക.

ഭൂവിനിയോഗം

ഭൂവിനിയോഗ വ്യതിയാനം നിയന്ത്രിക്കാനാവശ്യമായ നടപടികൾ സ്വീകരിക്കുക

വനിതാക്ഷേമം

ജാഗ്രതാസമിതികൾക്ക്‌ രൂപം നല്കി പ്രവർത്തനക്ഷമമാക്കുക, ഈ‌ഭരണ മേഖലാ ചുമതലകളുടെ നടത്തിപ്പ്‌ അതത്‌ സ്റ്റാൻഡിങ്‌ കമ്മിറ്റികൾക്ക്‌ ഭരമേല്പിക്കപ്പെട്ടിരിക്കുന്നു

തനത്‌ ചുമതലകൾ

കേരള പഞ്ചായത്ത്‌ രാജ്‌ നിയമം 1994, (1999 ലെ ഭേദഗതി നിയമം) അദ്ധ്യായം 19 അനുസരിച്ച്‌ വ്യവസ്ഥപ്പെടുന്ന തനത്‌ ചുമതലകൾ നമുക്ക്‌ പട്ടികപ്പെടുത്താനാകും.

- നിശ്ചിത നിരക്കിൽ നികുതി നിരക്കുകൾ, സർച്ചാർ ജ്‌ജുകൾ എന്നിവ ഏർപ്പെടുത്തുന്നതിനും പിരിച്ചെടു ക്കുന്നതിനും നികുതി ഒടുക്കാൻ സൗകര്യപ്പെടുത്താ നുമുള്ള ചുമതല

- പൊതുസ്ഥലങ്ങൾ, പൊതുവഴികൾ, പൊതുനീർച്ചാലു കൾ മുതലായവയിലുള്ള അനധികൃത കൈയേറ്റം, നിയമ വിരുദ്ധ നിർമ്മിതികൾ, തടസ്സങ്ങൾ, ശല്യങ്ങൾ മുതലായവ ഒഴിപ്പിക്കുന്നതിനും നിരോധിക്കുന്നതി നുള്ള ചുമതല.

- പൊതുമാർക്കറ്റുകൾ, വണ്ടിത്താവളങ്ങൾ, ഇറക്കു സ്ഥലങ്ങൾ, കടത്തുകൾ, കന്നുകാലിക്കളങ്ങൾ തുടങ്ങി യവ സ്ഥാപിക്കാനും പരിപാലിക്കാനും ഇക്കാര്യങ്ങളിൽ സ്വകാര്യ സംരംഭങ്ങൾക്ക്‌ അനുമതി നല്‌കാനുമുള്ള ചുമതല.

- പൊതുകശാപ്പുശാലകൾ സ്ഥാപിച്ചു നടത്താനും സ്വകാര്യ കശാപ്പുശാലകൾക്ക്‌ അനുമതി നല്‌കാനും നിയന്ത്രിക്കാനുമുള്ള ചുമതല.

- വ്യാപാര-വ്യവസായ സംരംഭങ്ങൾക്ക്‌ അനുമതി നല്‌കുക

- പഞ്ചായത്തിന്റെ തനതോ, കൈമാറ്റം ചെയ്യപ്പെട്ടതോ ആയ സ്ഥാവര ജംഗമ സ്വത്തുവകകൾ സംരക്ഷിച്ച്‌ പരിപാലിക്കാനും മെച്ചപ്പെടുത്താനും അവ അന്യാധീ നപ്പെടുവാനോ നശിച്ചുപോ കാനോ ഇടയാകാ തിരിക്കാനുമുള്ള ചുമതല

- ജീവനക്കാർക്കും സ്ഥാപനങ്ങൾക്കും മേലുള്ള നിയന്ത്ര ണം- നിർവ്വഹണ ചുമതല

- രജിസ്റ്ററുകൾ, റെക്കോർഡുകൾ, നോട്ടീസുകൾ എന്നിവ സൂക്ഷിക്കാനും പരസ്യപ്പെടുത്താനുമുള്ള ചുമതല

- കണക്കുകൾ, ഓഡിറ്റ് റിപ്പോർട്ടുകൾ മുതലായവ സമയബന്ധിതമായി നിലനിർത്താനുള്ള ചുമതല.
- വികസന പദ്ധതി രൂപീകരണ നിർവ്വഹണ ചുമതല
- ഗ്രാമസഭ യാഥാർത്ഥ്യവും ഫലപ്രദവും ആക്കാനുള്ള ചുമതല
- ഭരണ സുതാര്യത, അറിയാനുള്ള അവകാശം, പൗരാവകാശം എന്നിവ പാലിക്കാനുള്ള ചുമതല.
- പെർഫോർമൻസ് ഓഡിറ്റ് ശുപാർശകൾ അനുസരിച്ച് തെറ്റുതിരുത്തലിനും നഷ്ടോത്തരവാദിത്വം ഈടാ ക്കാനുമുള്ള ചുമതല
- പ്രാദേശിക സർക്കാരുകളായി ഫെഡറൽ ഭരണഘടന അനു സരിച്ച് പ്രവർത്തിക്കാനുള്ള ചുമതല
- നിയമം അനുശാസിക്കുന്നതും കാലാകാല ചട്ടപ്രകാരം നിയോഗിക്കപ്പെടുന്നതുമായ വിവിധ കമ്മിറ്റികൾ രൂപീകരിക്കുകയും അധികാര വികേന്ദ്രീകരണം ഫലപ്രദമാക്കുകയും ചെയ്യുക
- തദ്ദേശഭരണ ട്രിബ്യൂണൽ, ഓംബുഡ്സ്മാൻ എന്നിവ യുടെ നീതിന്യായ ഉത്തരവുകൾക്ക് പ്രാബല്യം നല്കാനുള്ള ചുമതല
- അയൽക്കൂട്ടങ്ങൾ, ഗ്രാമസഭ എന്നിവ തുടങ്ങി തദ്ദേശഭരണ സ്ഥാപന തലംവരെയുള്ള സംവിധാനങ്ങ ൾ ഈ തനത് ചുമതലകളുടെ നടത്തിപ്പിന് കടമപ്പെട്ടി രിക്കുന്നവയാണ്. അത് പ്രായോഗികമാക്കാൻ സാമാന്യ പൗരർക്കും കടമയും ഉത്തരവാദിത്വവുമുണ്ടായിരിക്കും.

തുടർപാഠം

- ഓരോ തദ്ദേശഭരണ സ്ഥാപനത്തിന്റെയും ചുമതലകൾ അവയോട് ബന്ധപ്പെട്ട സ്ഥാപനങ്ങൾ, ഉദ്യോഗസ്ഥർ എന്നിവ ചാർട്ടായി ക്രമീകരിക്കുക
- ഗ്രാമ-ബ്ലോക്ക്-ജില്ലാ പഞ്ചായത്ത് ചുമതലകളിലെ പരസ്പര ബന്ധവും സംയോജന സാദ്ധ്യതയും കണ്ടെത്തി പട്ടികപ്പെടുത്തുക

- തദ്ദേശഭരണ സ്ഥാപനങ്ങളിലെ സ്ഥിരം സമിതികൾ, അവയോട്‌ ബന്ധപ്പെട്ട ചുമതലകൾ, സ്ഥാപനങ്ങൾ എന്നിവ ചിത്രീകരിച്ച്‌ ചാർട്ട്‌ തയ്യാറാക്കുക

- പഞ്ചായത്ത്‌ പദ്ധതി-ബഡ്ജറ്റ്‌-റിപ്പോർട്ട്‌ എന്നിവയുടെ ഘടന പഠിച്ച്‌ മാതൃക തയ്യാറാക്കുക

- പഞ്ചായത്ത്‌ ഓഫീസും സ്ഥാപനങ്ങളും സന്ദർശി ക്കാൻ പഠന യാത്രകൾ നടത്തി റിപ്പോർട്ട്‌ തയ്യാറാക്കുക

- പഞ്ചായത്തിന്റെ ചുമതല നടത്തിപ്പിൽ ഓരോ മേഖല യ്ക്കുമുള്ള സാദ്ധ്യതകൾ പഠിച്ച്‌ റിപ്പോർട്ട്‌ തയ്യാറാ ക്കുക

- ഗ്രാമ-ബ്ളോക്ക്‌-ജില്ലാ പഞ്ചായത്ത്‌ ചുമതലകളുടെ സംയോജനം, ഏകോപനം എന്നിവ സംബന്ധിച്ച്‌ ചർച്ച നടത്തി ശുപാർശ തയ്യാറാക്കുക

- പഞ്ചവത്സര പദ്ധതി, വാർഷിക പദ്ധതി, ദീർഘകാല പരിപ്രേ ക്ഷ്യ പദ്ധതി, സ്ഥലമാന പദ്ധതി, നീർത്തട പദ്ധതി, തൊഴിലുറപ്പ്‌ പദ്ധതി മുതലായവയുള്ള പരസ്പര ബന്ധം പഠിച്ച്‌ ചാർട്ട്‌ തയ്യാറാക്കുക.

8
സദ്ഭരണം പഞ്ചായത്തിൽ

എന്താണ് ഈ സദ്ഭരണം?
ദുർഭരണം അല്ലാത്തതെല്ലാം സദ്ഭരണമാകും
അപ്പോൾ എന്താണ് ദുർഭരണം?

അതിന് ഉത്തരം എളുപ്പം, കൈക്കൂലി, അഴിമതി, സ്വജന പക്ഷപാതിത്വം, അമിതാധികാര പ്രയോഗം, അതിവിവേചന പ്രയോഗം, അധാർമ്മികത, അധികാര ദുർവ്വിനിയോഗം, നിഷ്ക്രിയത്വം, ക്രമവിരുദ്ധത, കൃത്യവിലോപം, കാര്യക്ഷമതാ രാഹിത്യം തുടങ്ങിയവയെല്ലാം ഉൾപ്പെടെ ദുരുദ്ദേശ്യപരമായ ഏതൊരു ഭരണ നടപടിയെയും ദുർഭരണം എന്ന് പറയാം. ഇതൊന്നുമില്ലാത്ത സമത്വവും നീതിയും സാർവ്വത്രികതയും ഉറപ്പാക്കപ്പെടുന്നതാണ് സദ്ഭരണ സമ്പ്രദായം.

അറിയാനുള്ള അവകാശം, അഭിപ്രായ പ്രകടന സ്വാതന്ത്ര്യം സ്വപ്രകാശനത്തിനുള്ള അവകാശം, പൗരസേവന അവകാശം സാമൂഹ്യ നിരീക്ഷണാവകാശം, പരാതികൾ പരിഹരിക്കാനുള്ള അവകാശം, നഷ്ടോത്തരവാദിത്വം എന്നിവയാണ് സദ്ഭരണ ത്തിന്റെ വ്യത്യസ്ത ഘടകങ്ങൾ.

കേരള പഞ്ചായത്ത് രാജ് നിയമത്തിലും മുനിസിപ്പാലിറ്റി ആക്ടിലും ഇതു സംബന്ധിച്ച അദ്ധ്യായങ്ങൾ ഉൾപ്പെടുത്തി

യിരിക്കുന്നു. സെൻ കമ്മിറ്റി റിപ്പോർട്ടിലെ ശുപാർശകൾ അനുസരിച്ച് 1999 ൽ വരുത്തിയ ഭേദഗതികളുടെ ഭാഗമായാണ് ഈ കൂട്ടിച്ചേർക്കൽ ഉണ്ടായത്.

കേരള പഞ്ചായത്ത് രാജ് നിയമം അദ്ധ്യായം 25 എ

മുനസിപ്പാലിറ്റി ആക്ടിലെ അദ്ധ്യായം 25 എ 517 എ, ബി, സി, ഡി, ഇ എന്നീ വകുപ്പുകൾ ഇത് സംബന്ധിച്ചുള്ളതാണ്.

അറിയാനുള്ള അവകാശം

വികസനം, ക്ഷേമം, സാമൂഹ്യ സുരക്ഷ, ഭരണ നിർവ്വഹണം എന്നിവ സംബന്ധിച്ച് അറിയുന്നതിനുള്ള അവകാശമാണ് പൗരർക്കുള്ളത്. രഹസ്യാത്മകമെന്ന് വിജ്ഞാപൃതമായവ ഒഴികെയുള്ള വിവരങ്ങളാണ് ലഭിക്കുക. ചുമതലപ്പെട്ട അധികാരിക്ക് രേഖാമൂലം ആവശ്യപ്പെടുന്ന ആവശ്യക്കാർക്കാണ് വിവരം ലഭിക്കുക. വിവരം നല്കിയില്ലെങ്കിൽ അതിനുള്ള കാരണം കാണിച്ച് അപ്പീലിനുള്ള അറിയിപ്പ് സഹിതം മറുപടി നല്കണം. നല്കാവുന്ന വിവരമാണെങ്കിൽ ആവശ്യാനുസരണം അത് അനുവദിക്കണം.

തൃപ്തികരമായ വിവരം നല്കാതിരിക്കുകയോ, തെറ്റായ വിവരം നല്കുകയോ, വിവരം നല്കാൻ കാലതാമസമോ വീഴ്ചയോ വരുത്തുകയോ വിവരം നല്കുന്നത് തടയുകയോ വിവരങ്ങൾ നശിപ്പിക്കുകയോ ചെയ്യുന്നത് കുറ്റകരമായും ശിക്ഷാർഹമായും നിയമം വ്യവസ്ഥചെയ്യുന്നു. കാലതാമസം വരുന്ന ഓരോ ദിവസവും 50 രൂപ നിരക്കിൽ നഷ്ടപരിഹാരവും 250 രൂപമുതൽ 2500 രൂപവരെ പിഴയും ബാധകമാക്കാനും അനുശാസിക്കുന്നു.

വിവരം ആവശ്യപ്പെടുന്നതിനുള്ള അപേക്ഷ നിശ്ചിത ഫോറത്തിൽ സെക്രട്ടറിക്കോ അനുബന്ധ സ്ഥാപനത്തലവനോ നല്കണം. നിശ്ചിത നിരക്കിലുള്ള അപേക്ഷാ ഫീസ് (കോർട്ട് ഫീ സ്റ്റാമ്പ്) ഒടുക്കണം. വിവര ലഭ്യതയ്ക്കുള്ള നിരക്കും നിർദ്ദേശാനുസരണം ഒടുക്കണം. സാധുവായ, സാദ്ധ്യമായ

എല്ലാ മാർഗ്ഗത്തിലും പരിശോധിച്ചിട്ടും വിവരം കിട്ടുന്നി ല്ലെങ്കിൽ അക്കാര്യം രേഖപ്പെടുത്തി അപേക്ഷ തീർപ്പാക്കാവുന്നതാണ്. വിവരം നല്കാനായി രേഖയോ രജിസ്റ്ററോ കൃത്രിമമായി രൂപപ്പെ ടുത്തിയോ സാങ്കല്പികമായോ വിവരം നല്കുന്നത് നിയമം അനുവദിക്കുന്നില്ല.

ഈ നിയമവ്യവസ്ഥ നിലവിൽ വന്നശേഷം ആറുവർഷം കഴിഞ്ഞാണ് 2005 ലെ ദേശീയ വിവരലഭ്യതാ നിയമം ഉണ്ടാകുന്നതും നടപ്പാക്കുന്നതും. പരസ്പരം അനുരോധമായ തിനാൽ ഇപ്പോൾ ഈ രണ്ട് നിയമവ്യവസ്ഥകളും തദ്ദേശ ഭരണ സ്ഥാപനങ്ങൾക്ക് ബാധകമാണ്. ഭരണം സുതാര്യമാകുമ്പോൾ, പൗരർ വിവരങ്ങൾ അറിയും, തീരുമാനങ്ങൾ അറിയും, അഭിപ്രായങ്ങൾ അറിയും. ഭരണ നടത്തിപ്പിൽ പൗരർക്കും അവസരവും ഇടവും ലഭിക്കും. ഭരണം ജനങ്ങളുടേതാകും. യഥാർത്ഥ പങ്കാളിത്ത ജനാധിപത്യ പ്രക്രിയയുടെ മുന്നുപാധി യായി ഇവിടെ വിവരാവകാശവും സുതാര്യതയും പരിണമി ക്കുന്നു. എന്നാൽ ഈ അവകാശ ത്തെയും അവസരത്തെയും കുറിച്ച് പൗരരെ പഠിപ്പിച്ച് കുറ്റമറ്റ രീതിയിൽ പൊതുസമൂഹ നന്മയ്ക്കായത് ഉപയോഗിക്കാൻ അവരെ പ്രാപ്തരാക്കാൻ കഴിയണം.

പൗരസേവനാവകാശ രേഖ

എന്തിനാണ് നമ്മുടെ പൊതുസേവന സ്ഥാപനങ്ങൾ പ്രവർത്തിക്കു ന്നത്? പൗരർക്ക് സേവനം ലഭ്യമാക്കാൻ. നമ്മൾ പഠിക്കുന്ന സ്കൂൾ, അസുഖം വന്നാൽ ചികിത്സ തേടുന്ന ആശു പത്രി, നമ്മുടെ കൃഷികൾക്ക് മാർഗ്ഗ ദർശനം നല്കുന്ന കൃഷി ഓഫീസ്, അങ്കണ്‍വാടികൾ, അമ്മമാ രുടെയും കുട്ടികളുടെയും ക്ഷേമപരിപാടികൾ, ഗ്രാമവികസന പ്രവർത്ത നങ്ങൾ ഇവയുമായി ബന്ധപ്പെട്ട് എത്രയോ കാര്യങ്ങൾക്ക് നാം പൊതു സ്ഥാപനങ്ങളെ സമീപിക്കുന്നുണ്ട്? എന്തെല്ലാം സേവനങ്ങ ളാണ് അവിടെ നിന്ന് നമുക്ക് ലഭിക്കുക? അത് തരേണ്ടത് ആരാണ്? ആരുടെ കടമയാണ്? സേവനം ലഭിക്കാനുള്ള നടപടി

ക്രമവും സമയക്രമവും എന്താണ്? അതിന് നല്കേണ്ടതായ ഫീസോ ചാർജോ എത്രയാണ്? കൃത്യമായി സേവനം ലഭിക്കുന്നില്ലെങ്കിൽ പരിഹാരം എന്ത്? ഇത്തരം കാര്യങ്ങൾ നമുക്ക് അറിയാനും മനസ്സിലാക്കാനും കാണാനും കഴിയുംവിധം ക്രമപ്പെടുത്തി തയ്യാറാക്കി പ്രസിദ്ധീകരിക്കുകയും പ്രദർശിപ്പിക്കു കയും ചെയ്യുന്ന രേഖയാണ് പൗരസേവന അവകാശ രേഖ.

സ്ഥാപന സേവന ഗുണനിലവാര വ്യവസ്ഥകളും നടപടി ക്രമവും മനസ്സിലാക്കാനും സേവനപ്രദാന ഗുണമേന്മയും കാര്യക്ഷമത പാലിക്കപ്പെടാനും അവയുടെ ലംഘനത്തിന് പരിഹാരം സാദ്ധ്യമാക്കാനും ഉള്ള അടിസ്ഥാന ഉപാധിയാണ് പൗരാവകാശരേഖ. ഭരണസമിതി നിലവിൽ വന്ന് ആറുമാസ ത്തിനകം പൗരാവകാശ രേഖ പ്രസിദ്ധീകരിക്കേണ്ട താണ്.

കേരള പഞ്ചായത്ത് രാജ് നിയമം (1993) വകുപ്പ് 272 എ(1) (2) എന്നീ വ്യവസ്ഥകൾ പ്രകാരമാണ് പൗരാവകാശരേഖ നടപ്പാക്കുന്നത്. ഇതനുസരിച്ച് പൗരാവകാശരേഖ തയ്യാറാക്കുക,

യഥാകാലം പുതുക്കുക, പ്രസിദ്ധീകരിക്കുക, പൗരർക്ക് ലഭ്യമാക്കുക, നടപ്പാക്കുക എന്നിവ തദ്ദേശ ഭരണ സ്ഥാപന ത്തിന്റെ ചുമതലയാണ്. ഇത് പ്രാവർത്തികമാക്കാൻ പ്രത്യേക ഉത്തരവോ സർക്കാർ ഉത്തരവോ ആവശ്യമില്ല. തനത് അനിവാര്യ ഉത്തരവാദിത്വമായി നടപ്പാക്കാവുന്നതാണ്. പൗരാവകാശ രേഖയുടെ ലംഘനം മുൻനിർത്തി നിയമം നീതി പരിഹാരം തേടാൻ പൗരർക്ക് അവകാശമുണ്ട്. ഇതിനായി തദ്ദേശഭരണ ട്രിബ്യൂണലിനെയോ ഓംബുഡ്സ്മാനെയോ സമീപി ക്കാവുന്നതാണ്. തൃപ്തികരമായ പരിഹാരം ലഭിക്കാത്തപക്ഷം ഭരണ ഘടനാ നിവൃത്തി മാർഗ്ഗമോ പൊതു നിയമ പരിഹാരവ്യ വസ്ഥയോ മുൻനിർത്തി കോടതിയെ സമീപിക്കുവാൻ കഴിയും.

നിർദ്ദിഷ്ട സേവനം ലഭിക്കാൻ അർഹരായവർ/യോഗ്യരായ വർ അഥവാ ആവശ്യക്കാർ, നിശ്ചിത രീതിയിൽ, നിശ്ചിത നിബന്ധനയനു സരിച്ച് നിശ്ചിത ഫീസ് മുടക്കി ചുമതലപ്പെട്ട ഉദ്യോഗസ്ഥ അധികാരി ക്കുമുമ്പിൽ അപേക്ഷ നല്കണം. ആയതിന് സ്വീകർത്താവ് കൈപ്പറ്റ് രസീതും നല്കേണ്ടതാണ്. രജിസ്റ്റർ ചെയ്യപ്പെടുന്ന ആവശ്യപ്രകാരമുള്ള സേവനം യഥാക്രമം നല്കാത്ത പക്ഷം ബന്ധപ്പെട്ട ഉദ്യോഗസ്ഥർക്ക് രാഷ്ട്രോ ത്തരവാദിത്വ ബാദ്ധ്യത ബാധകമാകുന്നതാണ്. ആവശ്യക്കാർക്ക് ഇതു സംബന്ധിച്ച് അപ്പീൽ അധികാരിക്ക് അപേക്ഷ നല്കാവുന്നതാണ്.

സേവനം എന്നാൽ നിശ്ചിത ഫീസോ നിരക്കോ ചാർജോ ഈടാക്കി കൊണ്ടോ സൗജന്യമായോ പൗരർക്ക് ലഭ്യമാക്കുന്ന തായ സൗകര്യം, സഹായം, ഉപാധി, സാക്ഷിപത്രം, നടപടി എന്നെല്ലാം അർത്ഥമാക്കുന്ന ലൈസൻസ്, പെർമിറ്റ് മുതലായവ നല്കുക, സാമ്പത്തിക ധനസഹായം നല്കുക, ക്ഷേമ സുരക്ഷാനിധി വിതരണം ചെയ്യുക. ഗുണഭോക്തൃ അവകാ ശങ്ങൾ ലഭ്യമാക്കുക എന്നിവയെല്ലാം സേവനത്തിൽ പെടുന്നു. പൗരാവകാശ രേഖ സംബന്ധിച്ച വിവരങ്ങൾ ആവശ്യപ്പെടാനും ചർച്ച നടത്താനും നിഗമനങ്ങൾ രൂപീകരിക്കാനും ഗ്രാമസഭയ്ക്ക്

അവകാശമുണ്ട്‌. ഗ്രാമസഭയുടെ നിർദ്ദേശങ്ങൾ പരിഗണിച്ച്‌ സേവനപ്രദാന ഗുണനിലവാരം മെച്ചപ്പെടുത്തുന്നു എന്ന്‌ ഉറപ്പാക്കാനും ഗ്രാമസഭയ്ക്ക്‌ അധികാരമുണ്ട്‌. പ്രസിഡന്റിന്റെ അനുമതിയോടെ ഭരണസമിതി യോഗത്തിൽ ഹാജരായി ഇതു സംബന്ധിച്ച്‌ വിഷയം ഉന്നയിക്കാനും പൗരർക്ക്‌ അവകാശമുണ്ട്‌.

തദ്ദേശഭരണ സ്ഥാപനങ്ങൾ, ഘടക സ്ഥാപനങ്ങൾ മുതലായവ പ്രദർശിപ്പിക്കേണ്ടതും നിർബ്ബന്ധിതമായി പാലിക്കേ ണ്ടതുമായ പ്രമാണ മാണ്‌ പൗരാവകാശരേഖ. സ്ഥാപനസേവന നിരീക്ഷണത്തിനും അവ ലോകനത്തിനും ഉള്ള അടിസ്ഥാന ഉപാധികൂടിയാണ്‌ പൗരാവകാശരേഖ.

സാമൂഹ്യ നിരീക്ഷണം

ഓരോ സേവന സ്ഥാപനത്തെയും അതിലെ സേവനകർ ത്താക്കളെയും സംബന്ധിച്ചും അവയുടെ നടത്തിപ്പ്‌ ഗുണ നിലവാരം, കാര്യക്ഷമത, മുതലായവ സംബന്ധിച്ചും ജനസ മൂഹം നേരിട്ടു നടത്തുന്ന പരിശോധനാ മാർഗ്ഗമാണ്‌ സാമൂഹ്യ നിരീക്ഷണം (സോഷ്യൽ ഓഡിറ്റ്‌)

ജനപ്രതിനിധികൾ, ഭരണാധികാരികൾ, ഉദ്യോഗസ്ഥർ, ജീവനക്കാർ, പരിപാലന സമിതികൾ എന്നിവയെല്ലാം സാമൂഹ്യ നിരീക്ഷണ വിധേയമാക്കപ്പെടുന്നതാണ്‌.

സാമൂഹ്യാവലോകന രീതി, അതിനാവശ്യമായ മുൻ ഉപാധികൾ നടപടിക്രമം, നിഗമന റിപ്പോർട്ട്‌, ഉള്ളടക്കം, പരിഹാര നടപടിക്രമം മുതലായവ അതത്‌ സ്ഥാപനതലത്തിൽ രൂപപ്പെടുത്താവുന്നതാണ്‌. നിരീക്ഷണ സമിതി, വിദഗ്ദ്ധ സമിതി മുതലായവയെയും തീരുമാനി ക്കാവുന്നതാണ്‌. സുതാ ര്യതയും പങ്കാളിത്തവും ഉറപ്പാക്കി സ്ഥാപന സേവനഗുണത ഉയർത്താനുള്ള ഉപാധിയാണ്‌ സാമൂഹ്യ നിരീക്ഷണ മാർഗ്ഗം.

പരാതി പരിഹാര സംവിധാനം

സേവന സ്ഥാപനങ്ങളെ സംബന്ധിച്ച്‌ പരാതികൾ, ആവലാതികൾ എന്നിവ പരിഹരിക്കാനുള്ള പ്രാഥമിക

സംവിധാനം അതത്‌ സ്ഥാപന-സേവനതലം തന്നെയാണ്‌. തദ്ദേശഭരണ സ്ഥാപനത്തിലും പരാതി പരിഹാര സംവിധാനം രൂപീകരിക്കാവുന്നതാണ്‌. വകുപ്പുതല അധികാരസ്ഥർ, തദ്ദേശഭരണ ട്രിബ്യൂണൽ, ഓംബുഡ്സ്മാൻ എന്നിവ വഴിയും സർക്കാരിൽ നിന്നും പരാതി പരിഹാര സാദ്ധ്യത തേടാവുന്നതാണ്‌. വിഭവവിനിയോഗം, നിർവ്വഹണ സംവിധാനം, ഗുണഭോക്തൃ നിർണ്ണയം, ഗുണനിലവാര ഘടകം, നടപടിക്രമങ്ങൾ, മുതലായവ സംബന്ധിച്ച്‌ പരാതികൾ പരിഹരിക്കപ്പെടാൻ കഴിയണം. ചെലവുകുറഞ്ഞ സത്വനയം, ലളിത നടപടിക്രമം വഴിയുള്ള പരിഹാര സാദ്ധ്യതയാണ്‌ ഉറപ്പാക്കേണ്ടത്‌. ഇതിന്‌ നിയമ പിൻബലവും പ്രായോഗിക സാദ്ധ്യതയും ഉറപ്പാക്കണം.

നഷ്ടോത്തരവാദിത്വം

നയ-നിയമ-സേവന നടത്തിപ്പിന്‌ ചുമതലപ്പെട്ടവർ അതിന്‌ വീഴ്ച വരുത്തുകയോ, ഉപേക്ഷ കാണിക്കുകയോ നിഷ്പക്ഷക്രിയമായിരി ക്കുകയോ അമിതാധികാരം ഉപയോഗിക്കുകയോ ചെയ്താൽ അതിനു മേൽ ബാധകമാക്കാവുന്ന നഷ്ടബാദ്ധ്യതയാണ്‌ ഇത്‌ അർത്ഥമാക്കുന്നത്‌. ഏതൊരു പൊതു സേവകനും നഷ്ടോത്തരവാദിത്വ ബാദ്ധ്യതയുണ്ട്‌. പൊതു സമൂഹത്തിലേക്ക്‌ മുതൽക്കൂട്ടാക്കാവുന്നതും ബന്ധപ്പെട്ട കക്ഷിക്ക്‌ പരിഹാര സാദ്ധ്യമാക്കാവുന്നതും എന്ന്‌ രണ്ട്‌ വിധം നഷ്ടോത്തരവാദിത്വ ബാദ്ധ്യത കാണാവുന്നതാണ്‌. ബന്ധപ്പെട്ടവർക്കിടയിൽ കൂട്ടായോ പ്രത്യേകമായോ നഷ്ടോത്തരവാദിത്വം ബാധക മാക്കാവുന്നതാണ്‌. യുക്തമായ വിശദീകരണം ബോദ്ധ്യപ്പെടുന്ന പക്ഷം നഷ്ടോത്തരവാദിത്വത്തിൽ ഇളവോ ഒഴിവുകഴിവോ അനുവദിക്കാവുന്നതാണ്‌.

ഈ നിയമപ്രകാരം തദ്ദേശഭരണ സ്ഥാപന പരിധിയിൽ വരുന്ന വിവരങ്ങൾ അറിയാനുള്ള ഫീസ്‌ വിവരം

അപേക്ഷാ ഫീസ്‌   - 10 രൂപ

പകർപ്പ് ഫീസ് എ4

സൈസ് പേപ്പർ ഒന്നിന്‌   - 2 രൂപ

വലിയ പേജ് ഒന്നിന്‌   - യഥാർത്ഥ ചെലവ്

സാമ്പിൾ മോഡൽ   - യഥാർത്ഥ ചെലവ്

വിവര പരിശോധനയ്ക്ക്

ആദ്യ 1 മണിക്കൂർ

മണിക്കൂറിന്‌   - ഫീസില്ല

തുടർന്നുള്ള ഓരോ   - 10 രൂപ

ഇലക്ട്രോണിക് ഉപാധിയിൽ- 50 രൂപ

(ദാരിദ്ര്യ രേഖയ്ക്ക് താഴെയുള്ളവർ, ജീവിത വെല്ലുവിളി നേരിടുന്നവർ എന്നിവർ ഫീസ് ഒടുക്കേണ്ടതില്ല)

ഈ നിയമപ്രകാരം ഗ്രാമപഞ്ചായത്തിന്റെ നിയുക്ത വിവരാവകാശ സംവിധാനം

അസിസ്റ്റന്റ് ഇൻഫർമേഷൻ ഓഫീസർ-   ഗ്രാമപഞ്ചായത്ത് സെക്രട്ടറി

പബ്ലിക് ഇൻഫർമേഷൻ ഓഫീസർ - ഡെപ്യൂട്ടി ഡയറക്ടർ

ഒന്നാം അപ്പലേറ്റ് അധികാരി - ഡയറക്ടർ

രണ്ടാം അപ്പലേറ്റ് അധികാരി -സംസ്ഥാന വിവരാവകാശ കമീഷൻ

തുടർപാഠം

* പഞ്ചായത്ത്‌രാജ് നിയമം, വിവരാവകാശ നിയമം എന്നിവയിലെ സുതാര്യതാ വ്യവസ്ഥകൾ താരതമ്യ പഠന വിധേയമാക്കി പോസ്റ്റർ തയ്യാറാക്കുക

* അറിയാനുള്ള അവകാശ പാലന സംബന്ധിയായ അപേക്ഷാ ഫോറം തയ്യാറാക്കുകയും നടപടിക്രമം രേഖപ്പെടുത്തി ചാർട്ട് നിർമ്മിക്കുകയും ചെയ്യുക

* തദ്ദേശഭരണ സ്ഥാപന തലത്തിൽ മാതൃക പൗരാവകാശ രേഖ തയ്യാറാക്കുക

- ഘടക സ്ഥാപന തലത്തിൽ സാമൂഹ്യ നിരീക്ഷണ സമിതി രൂപീകരിച്ച്‌ റിപ്പോർട്ട്‌ തയ്യാറാക്കുക
- തദ്ദേശഭരണ സ്ഥാപന തലത്തിൽ സദ്ഭരണ ഉപാധിക ളുടെ പോസ്റ്റർ ശൃംഖല രൂപപ്പെടുത്തുക
- വിവരാവകാശ-പൗരാവകാശ പഠന ക്ലാസുകളും ചർച്ചകളും സംഘടിപ്പിക്കുക
- സദ്ഭരണ നടത്തിപ്പ്‌ സംബന്ധിച്ച്‌ വാർത്താ പത്രിക, ചുവർപത്രം മുതലായവ തയ്യാറാക്കുക

9
നിരീക്ഷണം അവലോകനം

തദ്ദേശഭരണ സ്ഥാപനങ്ങളുടെ പ്രവർത്തനം നല്ല നിലയി ലാണോ നടക്കുന്നത് എന്ന് എങ്ങനെ പരിശോധിക്കും. തെറ്റുകളോ പിഴവുകളോ സംഭവിക്കുന്നോ എന്ന് എങ്ങനെ കണ്ടെത്തും? തിരുത്തുകൾ വരുത്തി ശരിയായ രീതിയിൽ തദ്ദേശ ഭരണം എങ്ങനെ ഉറപ്പാക്കും? അതിനുള്ള വഴിയാണ് നിരീക്ഷണവും അവലോകനവും. ഓഡിറ്റ് എന്നാണ് പൊതു വിൽ പരാമർശിക്കപ്പെടുന്നത്.

നാല് വിധം നിരീക്ഷണമാണ് തദ്ദേശഭരണ സ്ഥാപനങ്ങൾ ക്കു മേൽ നിയമം നിർദ്ദേശിക്കുന്നത്

- ഭരണഘടനാ ഓഡിറ്റ് (ടെസ്റ്റ് ഓഡിറ്റ്)
- നിയാമക ഓഡിറ്റ് (ലോക്കൽ ഫണ്ട് ഓഡിറ്റ്)
- നിർവ്വഹണ ഓഡിറ്റ് (പെർഫോർമൻസ് ഓഡിറ്റ്)
- സാമൂഹ്യ ഓഡിറ്റ് (സോഷ്യൽ ഓഡിറ്റ്)

സമാനതരത്തിൽ നാം ഉപയോഗിക്കുന്ന ചില വാക്കുക ളാണ് നിരീക്ഷണം, അവലോകനം, പരിശോധന മുതലായവ. എന്നാൽ പ്രയോഗത്തിൽ ഇവയോരോന്നിനും വ്യത്യസ്ത അർത്ഥവും ഫലവുമാണുള്ളത്. മോണിറ്ററിങ്, ഇവാലേഷൻ, ഓഡിറ്റ് എന്നതെല്ലാം ഇംഗ്ലീഷിൽ ഇതു പോലെ പ്രയോഗിക്കാ റുണ്ട്. ഏതെങ്കിലും കൃത്യ നിർവ്വഹണത്തെ അതു സംബന്ധിച്ച

നിയമചട്ടങ്ങൾ, തീരുമാനങ്ങൾ, കണക്കുകൾ, ഫലങ്ങൾ മുതലായവയെല്ലാം കണക്കിലെടുത്ത്‌ പരിശോധനാ വിധേയമാകുന്ന പ്രക്രിയയാണ്‌ ഓഡിറ്റിങ്‌.

പൊതുഖജനാവിൽ നിന്ന്‌ ധനവിനിയോഗം നടത്തുന്ന സ്ഥാപനം എന്ന നിലയിൽ ഭരണ ഘടനാ വിധേയമായി. അക്കൗണ്ടന്റ്‌ ജനറൽ നടത്തുന്ന പരിശോധനയാണ്‌ ടെസ്റ്റ്‌ ഓഡിറ്റിങ്‌. ചൂണ്ടിക്കാണിക്കപ്പെടുന്ന പിഴവുകൾക്ക്‌ വ്യക്തമായ വിശദീകരണം ബന്ധപ്പെട്ടവർ നല്കണം. അല്ലാത്ത പക്ഷമോ നല്കിയ വിശദീകരണം തൃപ്തികരമാകാത്ത പക്ഷമോ പിഴവ്‌ സ്ഥാപിക്കപ്പെടുകയും അതിനുള്ള നഷ്ടോത്തര വാദിത്വം ബാധകമാക്കപ്പെടുകയും ചെയ്യും.

1994 ലെ കേരള ലോക്കൽഫണ്ട്‌ ഓഡിറ്റ്‌ നിയമം (പില്‌ക്കാല ഭേദഗതികൾക്ക്‌ വിധേയമായി) അതിൻ കീഴിലുള്ള ചട്ടങ്ങൾ എന്നിവയ്ക്ക്‌ അനുസരിച്ച്‌ സംസ്ഥാന ഓഡിറ്റ്‌ വകുപ്പ്‌ ഉദ്യോഗസ്ഥർ നടത്തുന്ന വിശദമായ പരിശോധനയാണ്‌ ലോക്കൽ ഫണ്ട്‌ ഓഡിറ്റ്‌. വർഷാവർഷം ക്രമാനുഗതമായി നടത്തേണ്ടതും വിശദവുമായ പരിശോധനയാണിത്‌. എല്ലാ നടപടി രേഖകളും രസീതുകളും വൗച്ചറുകളും പരിശോധിച്ചുള്ള നടപടിക്രമവും വിശദീകരണം ആവശ്യപ്പെടുകയും ബോദ്ധ്യപ്പെട്ട്‌ അവസാനിപ്പിക്കുകയും തൃപ്തികരമാവിധം വിശദീകരിക്കപ്പെടാത്ത ഘട്ടത്തിൽ പരിഹാര നടപടിയോ നഷ്ടോത്തരവാദിത്വമോ ബാധകമാകുകയുമാണ്‌ രീതി.

1999 ലെ കേരള പഞ്ചായത്ത്‌ രാജ്‌ – മുനിസിപ്പാലിറ്റി നിയമ ഭേദഗതികളിൽകൂടി ഉൾപ്പെടുത്തപ്പെട്ട ഒന്നാണ്‌ പെർഫോർമൻസ്‌ ഓഡിറ്റ്‌. (നിർവ്വഹണ നിരീക്ഷണം) 1996 ൽ നിയോഗിക്കപ്പെട്ട അധികാര വികേന്ദ്രീകരണ കമീഷൻ (സത്യബ്രതസെൻ കമ്മിറ്റി) ശുപാർശ കണക്കിലെടുത്താണ്‌ ഈ രീതി ബാധകമാക്കിയത്‌. അതത്‌ വർഷം ഓരോ മൂന്ന്‌ മാസക്കാലയളവിലും നടത്തുന്ന തരത്തിലാണ്‌ നിർവ്വഹണ ഓഡിറ്റ്‌ നിർദ്ദേശിച്ചിരിക്കുന്നത്‌.

സംസ്ഥാനത്തെ തദ്ദേശഭരണ സ്ഥാപനങ്ങളുടെ ഒന്നാകെ ഒരു നിർവ്വഹണ നിരീക്ഷണ അധികാരസ്ഥാനം ഉണ്ടായിരിക്കും. സാധാരണ ഗതിയിൽ സംസ്ഥാന തദ്ദേശഭരണകാര്യ സെക്രട്ടറി

യാണ് നിർവ്വഹണ നിരീക്ഷണ അധികാരസ്ഥർ. (പെർഫോർ മൻസ് ഓഡിറ്റ് അതോറിറ്റി) അതത് വർഷം തദ്ദേശ ഭരണ സ്ഥാപന പെർഫോമൻസ് ഓഡിറ്റ് റിപ്പോർട്ടുകൾ പെർഫോമൻ സ് ഓഡിറ്റ് ഓഫീസ് മുഖാന്തരം തയ്യാറാക്കി സർക്കാരിനും നിയമസഭയ്ക്കു മുമ്പിലും സമർപ്പിക്കുകയാണ് അതോറിറ്റിയുടെ കടമ. ഈ കൃത്യം യഥാസമയം ഏകോപിപ്പിച്ച് പൂർത്തീകരി ക്കാനായി ഒരു സംസ്ഥാന നിർവ്വഹണ നിരീക്ഷണ ഓഫീസ് (സ്റ്റേറ്റ് പെർഫോർമൻസ് ഓഡിറ്റ് ഓഫീസർ) പദവിയിൽ ഒരാളെ നിയോഗിക്കുകയും ചെയ്യുന്നതാണ്. ഇതിന്റെ തുടർച്ചയായി എല്ലാ ജില്ലയിലും തദ്ദേശഭരണ സ്ഥാപനങ്ങളിൽ നിർവ്വഹണ നിരീക്ഷണം നടത്തുന്നതിനായി ഓരോ പെർഫോർമൻസ് ഓഡിറ്റ് ടീമിനെയും നിയോഗിക്കാൻ വ്യവസ്ഥയുണ്ട്. നിർവ്വഹണ നിരീക്ഷണം എന്നത് തെറ്റ് തിരുത്താനും ആവർത്തിക്കുന്നില്ലെന്നത് ഉറപ്പാക്കാനുമാണ് ലക്ഷ്യമിടുന്നത്. ശിക്ഷിച്ച് പരിഹരിക്കാനല്ല. നിരീക്ഷണ ഉദ്യോഗസ്ഥർ ചൂണ്ടിക്കാണിക്കുന്ന പിഴവുകളുടെ പരിഹാരം അതത് ഭരണസ്ഥാപനം തന്നെ നടപ്പാക്കണം. അത്തരം പിഴവു ആവർത്തിക്കുന്നില്ല എന്ന് ഉറപ്പാക്കുകയും വേണം.

സാമൂഹ്യ നിരീക്ഷണം എന്നത് സേവന അവകാശികൾ തന്നെ നടത്തുന്നതാണ്. സദ്ഭരണ പ്രക്രിയയുടെ ഭാഗമാണത്. ഓരോ സ്ഥാപനവും അതിലെ ഉദ്യോഗസ്ഥനും യഥാക്രമം സേവനം ലഭ്യമാക്കുന്നുവെന്നും സ്ഥാപന ഗുണനിലവാരം പാലിക്കുന്നുവെന്നും ഉറപ്പാക്കുകയാണ് സാമൂഹ്യ നിരീക്ഷണം (സോഷ്യൽ ഓഡിറ്റ്) ലക്ഷ്യമിടുന്നത്. തദ്ദേശീയ ജനസമൂഹം, ചുമതലപ്പെടുത്തുന്ന വിദഗ്ദ്ധർ, നിരീക്ഷകർ മുതലായവർ ഉൾപ്പെടുന്ന നിരീക്ഷക സംഘമായിരിക്കും സാമൂഹ്യ നിരീക്ഷണം നടത്തുക. ഇതിനാവശ്യമായ വിവരങ്ങൾ ലഭ്യമാക്കുകയും സജ്ജീകരണം ഉറപ്പാക്കുകയും ചെയ്താലേ സാമൂഹ്യ നിരീക്ഷണം ഫലപ്രദമാകുകയുള്ളൂ. സേവന ഗുണമേന്മ ഉറപ്പാക്കാനും കാര്യക്ഷമമായ സ്ഥാപന നടത്തി പ്പിലും ശാക്തീകരണവും സാദ്ധ്യമാക്കാനുമാണ് സോഷ്യൽ ഓഡിറ്റ് ലക്ഷ്യമിടുന്നത്.

തദ്ദേശഭരണ സ്ഥാപനത്തിന്‌ കൈമാറി ലഭിക്കുന്നതായ സ്ഥാപനങ്ങളിൽ സേവന വിലയിരുത്തിൽ നടത്താനും ജീവനക്കാരുടെ പ്രവൃത്തി രജിസ്റ്റർ (വർക്ക്‌ ഡയറി) യാത്രാരേഖകൾ (ടൂർഡയറി) മുതലായവ പരിശോധി ക്കുന്നതിനും ഹാജർ ഉറപ്പാക്കുന്നതിനുള്ള അധികാരം തെരഞ്ഞെടുക്കപ്പെടുന്ന ഭരണസമിതി അദ്ധ്യക്ഷന്‌ ഉണ്ട്‌. ഗസറ്റഡ്‌ ഉദ്യോഗസ്ഥർ ഒഴികെ മറ്റ്‌ ജീവനക്കാർക്ക്‌ മേൽ ലഘുശിക്ഷാ നടപടികൾ സ്വീകരിക്കാനുള്ള അധികാരവും ഭരണ സമിതിക്കുണ്ട്‌. ഗസറ്റഡ്‌ ഉദ്യോഗസ്ഥർക്കെതിരെ വകുപ്പുതല ശിക്ഷാ നടപടി ആവശ്യപ്പെടാനും ഭരണസമിതിക്ക്‌ അവസരമുണ്ട്‌.

തദ്ദേശഭരണ സ്ഥാപനത്തിന്റെ അതത്‌ കാലയളവിലെ പ്രവർത്തന നിർവ്വഹണ റിപ്പോർട്ട്‌ പരിഗണിക്കാനും അതത്‌ നിയോജക മണ്ഡലത്തെ സംബന്ധിച്ച വിഷയങ്ങളിൽ വിശദീകരണം തേടാനും വാർഷിക ഭരണ റിപ്പോർട്ട്‌ ചർച്ചാ വിധേയമാക്കാനും അഭിപ്രായ നിർദ്ദേശങ്ങൾ ഉന്നയിക്കാനും ഗ്രാമസഭകൾക്ക്‌ അധികാരമുണ്ട്‌. ജനാധിപത്യ ഭരണ നിർവ്വ ഹണ പ്രക്രിയയുടെ പരിശോധനാ അവസരമായി ജനപ്രതിനി ധികൾക്കും ജനങ്ങൾക്കും ഇതിനെ ഉപയോഗിക്കാനാവും.

പരാതികളും ആവലാതികളും ആക്ഷേപങ്ങളും തർക്ക ങ്ങളും പരിഹരിക്കാനായി തദ്ദേശഭരണ തലത്തിൽ ബദൽ തർക്കപരിഹാര മാർഗ്ഗമായി ഗ്രാമന്യായാലയങ്ങൾ രൂപീകരിക്കു ന്നതിനുള്ള മാതൃക-നിയമ നിർദ്ദേശം കേന്ദ്രസർക്കാർ വിജ്ഞാപനം ചെയ്തിട്ടുണ്ട്‌. എന്നാൽ കേരളത്തിൽ ഗ്രാമന്യായാ ലയങ്ങൾക്ക്‌ സമീപകാലത്ത്‌ തുടക്കം കുറിച്ചിട്ടുണ്ട്‌.

സാമൂഹിക നിരീക്ഷണ വേദികൾ ഏതെല്ലാം

- സേവനാവകാശി സമൂഹം
- ഗുണഭോക്തൃ സമൂഹം
- സ്വയംസഹായ സംഘങ്ങൾ
- ഗ്രാമസഭകൾ
- നിയുക്ത ഏജൻസികൾ
- തല്പരകക്ഷി സമൂഹത്തിന്റെ പ്രതിനിധികൾ

- അയൽക്കൂട്ട സമിതികൾ
- കുടംബശ്രീ യൂണിറ്റുകൾ
- സന്നദ്ധ-സേവന-സാങ്കേതിക സമിതികൾ
- സാമൂഹ്യ സംഘടനകൾ

സാമൂഹ്യ നിരീക്ഷണ ഉപാധികൾ എന്തൊക്കെ

- പൗരാവകാശ രേഖ
- നിർവ്വഹണ റിപ്പോർട്ടുകൾ
- വിവിധ ഓഡിറ്റ്‌ റിപ്പോർട്ടുകൾ
- പരാതികൾ/പരിഹാരങ്ങൾ
- വിവരാവകാശ ഉപാധികൾ
- വരവ്‌ ചെലവ്‌ കണക്കുകൾ
- വാർത്താപത്രം/നിർദ്ദേശപ്പെട്ടി
- ജനോന്മുഖ ഉപാധികൾ
- സന്ദർഭാനുസരണം തയ്യാറാക്കാനുള്ള ഇതര ഉപാധികൾ

തുടർപാഠം

പരാതി പരിഹാര സംവിധാനം

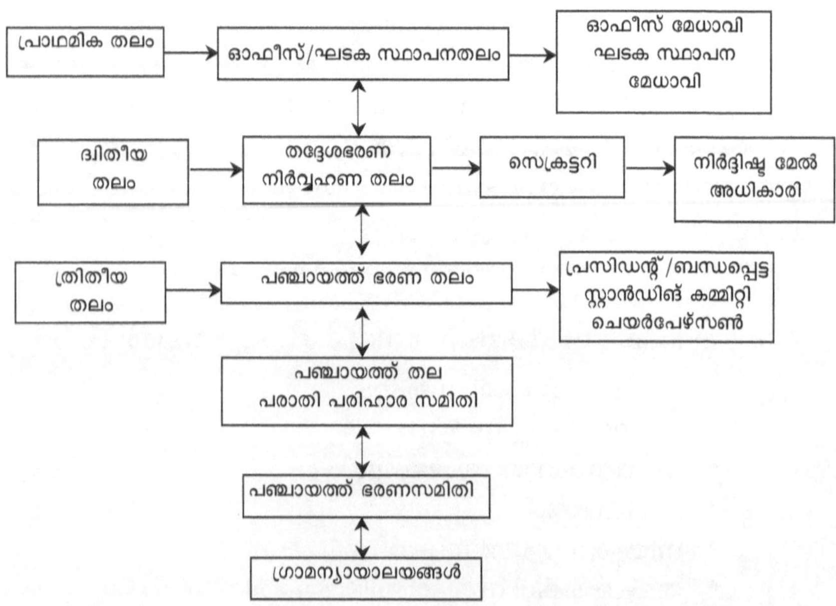

- തങ്ങളുടെ ഗ്രാമസഭയായയോഗത്തിന്റെ ഭാഗമായ ഭരണ നിരീക്ഷണ പ്രവർത്തനം, ഭരണ റിപ്പോർട്ട് അവലോകന ചർച്ച എന്നിവ നിരീക്ഷിച്ച് കുറിപ്പ് തയ്യാറാക്കുക
- തങ്ങളുടെ പ്രദേശത്തെ പൊതുസേവന സ്ഥാപന ത്തിന്റെ സാമൂഹ്യ ഓഡിറ്റ് കുട്ടികളുടെ സംഘം രൂപീകരിച്ച് മാതൃകയായി നടത്തി റിപ്പോർട്ട് തയ്യാറാ ക്കുക
- തങ്ങളുടെ തദ്ദേശഭരണ സ്ഥാപനത്തിന്റെ നിർവ്വഹണ നിരീക്ഷണ റിപ്പോർട്ട് പഠന വിധേയമായി പ്രായോഗിക വല്ക്കരിക്കുക
- നിരീക്ഷണ നടപടികളിലെയും ഫലത്തിലെയും വ്യത്യാസം നിരീക്ഷിച്ച് റിപ്പോർട്ട് തയ്യാറാക്കുക.
- വിവരാവകാശ ഉദ്യോഗസ്ഥരുമായി സംവാദവും വിവരാവകാശ പഠന ക്ലാസും സംഘടിപ്പിക്കുക
- ഭരണ സുതാര്യത സംബന്ധിച്ച് ജനപ്രതിനിധികൾ, പൗരർ എന്നിവർക്കുള്ള അവകാശ വ്യവസ്ഥകൾ പട്ടികപ്പെടുത്തുക

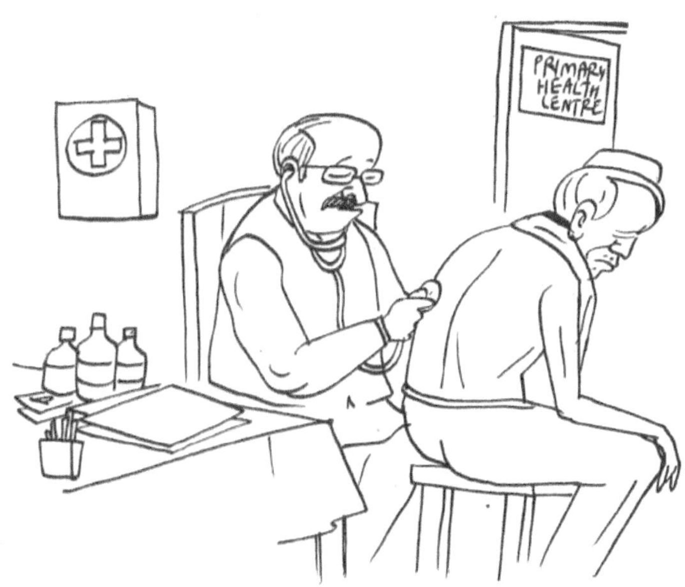

- വിദ്യാലയ നടത്തിപ്പിൽ സഹായമാകുന്ന സാമൂഹ്യ ഓഡിറ്റ്‌ സംഘടിപ്പിക്കുകയും റിപ്പോർട്ട്‌ തദ്ദേശഭരണ സ്ഥാപനത്തിന്‌ സമർപ്പിക്കുകയും ചെയ്യുക

- വിദ്യാഭ്യാസ സംബന്ധമായ പരാതി പരിഹാര പരിപാടി സംഘടിപ്പിക്കുകയും തദ്ദേശഭരണ സ്ഥാപന പിന്തുണ യോടെ പ്രാവർത്തികമാക്കുകയും ചെയ്യുക.

- കുട്ടികളുടെ ഗ്രാമസഭ-കുട്ടികളുടെ പഞ്ചായത്ത്‌ മുതലായവ സംഘടിപ്പിച്ച്‌ സദ്‌ഭരണഘടകങ്ങളിൽ പ്രായോഗിക പരിശീലനം ഉറപ്പാക്കുക.

10

തദ്ദേശഭരണ ട്രിബ്യൂണൽ
തദ്ദേശഭരണ ഓംബുഡ്സ്മാൻ

അത്ര പരിചിതമല്ലാത്ത രണ്ട് പദങ്ങളാണ് ട്രിബ്യൂണൽ, ഓംബുഡ്സ്മാൻ എന്നിവ. ആദ്യം അവയെ പരിചയപ്പെടുക. എന്താണ് ട്രിബ്യൂണൽ? തർക്കങ്ങൾ തീർപ്പാക്കുന്നതിനുള്ള ന്യായാധികാര സ്ഥാപനമാണ് ട്രിബ്യൂണൽ. അപ്പോൾ അവ കോടതികൾ അല്ലേ? പൂർണ്ണമായ അർത്ഥത്തിൽ സാധാരണ നില യിലുള്ള കോടതികൾ അല്ല. എന്നാൽ കോടതികളുടെ അടി സ്ഥാന ധർമ്മം നിർവഹിക്കുന്ന നീതിന്യായ വേദിയാണ് ട്രിബ്യൂണൽ. എന്താണ് ട്രിബ്യൂണലിന് കോടതിയിൽനിന്നുള്ള വ്യത്യാസം. ഏതെങ്കിലും വിശേഷാൽ വിഷയത്തിന്റെ പരിഗ ണനയ്ക്കും തീർപ്പിനും വേണ്ടി അതിലേയ്ക്കായി നിർമ്മിക്ക പ്പെട്ട നിയമവ്യവസ്ഥകൾക്ക് വിധേയമായി പരിമിത അധികാര അവകാശങ്ങളോടെ നിർമ്മിക്കപ്പെടുന്നതും പ്രവർത്തിക്കുന്നതു മായ തർക്കപരിഹാര സ്ഥാപനമാണ് ട്രിബ്യൂണൽ. സാധാരണ കോടതികളുടെ നീതിന്യായ അധികാരമോ അപ്പീൽ അധികാ രമോ പുനരവലോകന അധികാരമോ ട്രിബ്യൂണൽ നിയമിക്ക പ്പെടുന്നതോടെ ഇല്ലാതാകുന്നില്ല. ട്രിബ്യൂണലിന്റെ വിധി അന്തിമം ആയിരിക്കില്ല. അതിന്മേൽ ഉന്നത നീതിന്യായ സ്ഥാപ നങ്ങൾക്ക് അപ്പീൽ-അവലോകന അധികാരം ഉണ്ടായിരിക്കും.

എന്താണ് ട്രിബ്യൂണലുകളുടെ ഗുണം? കോടതികളുടേതിൽ നിന്ന് വ്യത്യസ്തമായി വേഗത്തിലും ചെലവു കുറഞ്ഞ നിരക്കിലും ലളിതമായ നടപടിക്രമത്തിലും തർക്ക പരിഹാരം സാദ്ധ്യമാക്കാൻ ട്രിബ്യൂണലിനു കഴിയും. അതത് വിഷയങ്ങളിൽ സാങ്കേതികവും സവിശേഷവുമായ അറിവും പരിചയവും ഉള്ളവരുടെയും ന്യായാധിപന്മാരുടേയും സേവനം ഒരേ സമയം ഉപയോഗപ്പെടുത്താൻ ട്രിബ്യൂണലിനു കഴിയും.

"ഓംബുഡ്സ്മാൻ" എന്നത് സ്കാൻഡിനേവിയൻ പദ പ്രയോഗമാണ്. ഇംഗ്ലീഷിലേക്ക് മൊഴിമാറ്റിയതാണ്. "സ്വതന്ത്ര വാസ്തുതാന്വേഷണ അധികാരി" എന്നാണ് പദത്തിന്റെ അർത്ഥം. ഭരണകാര്യ നടത്തിപ്പിനെ പറ്റിയുള്ള തത്സമയ നിരീക്ഷണ അധികാരിയാണത്. ശരിക്കും ഒരു കാവലാൾ. ദുർഭരണം തടയാനും സദ്ഭരണം ഉറപ്പാക്കാനും വേണ്ടിയുള്ള അമ്പയർമാരാണ് ഇവർ. ഭരണകർത്താക്കൾക്ക് വിധേയരായിരിക്കില്ല ഓംബുഡ്സ്മാൻ. അവരുടെ നിഗമനം ജനങ്ങൾക്ക് മുമ്പിലാണ് അവതരിപ്പിക്കപ്പെടുക. ജനാധികാര സഭയായിരിക്കും തീർപ്പു കല്പിക്കുക. അന്തിമ പ്രാബല്യമായിരിക്കും ജനാധികാരസഭയുടെ തീരു മാനത്തിന്.

ഭരണകാര്യനിയമം ഏറ്റവും അധികം വിപുലവും വികസിതവുമായ ഫ്രാൻസിൽ ഇത്തരം കാവൽ സംവിധാനത്തിനെ "കൗൺസിൽ ഡി എറ്റാറ്റ്" എന്നാണ് വിളിക്കുക. ബ്രിട്ടനിൽ "പാർലമെന്ററി കമീഷണർ" ആണ് സമാന അധികാരി. സ്വീഡനിൽ "ഓംബുഡ്മാനാ"ണ്. ഇന്ത്യയിൽ ഇത്തരം രണ്ട് സംവിധാനങ്ങൾ നിർദ്ദേശിക്കപ്പെട്ടിട്ടുണ്ട്. ദേശീയ തലത്തിൽ നിർദ്ദേശിക്കപ്പെട്ടത് "ലോക്പാൽ" സംവിധാനമാണ്. സംസ്ഥാനതലത്തിൽ "ലോക് അയുക്തയും". എന്നാൽ 1969

മുതൽ പലപ്പോഴായി ശ്രമിച്ചിട്ടും ദേശീയതലത്തിൽ ലോക്പാൽ പ്രാവർത്തി മാകുന്ന നിയമം നടപ്പാക്കാൻ നമുക്ക് കഴിഞ്ഞിട്ടില്ല. അണ്ണഹസ്സാരെയും മറ്റും ഇക്കാര്യത്തിൽ നടത്തിയ സമരങ്ങ ളുടെ വാർത്തനാം അറിഞ്ഞ താണല്ലോ. ലോക് അയുക്തയാകട്ടെ കേവല വസ്തുതാന്വേഷണത്തി നപ്പുറം തീരുമാനം എടുത്ത് നടപ്പാക്കാനോ ശിക്ഷ വിധിക്കാനോ ഉള്ള സ്ഥാപനങ്ങൾ ആയിട്ടല്ല രൂപീകരിക്കപ്പെട്ടിട്ടു ള്ളതെന്ന പരിമിതിയും ഉണ്ട്.

ഈ സാഹചര്യത്തിൽ തദ്ദേശഭരണ ട്രിബ്യൂണൽ, ഓംബു ഡ്സ്മാൻ എന്നിവയെപ്പറ്റി അറിയേണ്ടത് അനിവാര്യമാണ്.

കേരള പഞ്ചായത്ത്‌രാജ് നിയമം അദ്ധ്യായം XXV ബി 271 എഫ് മുതൽ 271 ആർ വരെയുള്ള വകുപ്പുകൾ അനുസരിച്ചാണ് തദ്ദേശഭരണ സ്ഥാപന ഓംബുഡ്സ്മാൻ പ്രവർത്തിക്കുക. തദ്ദേശ ഭരണ രംഗത്തെ ദുർഭരണം ഇല്ലാതാക്കുകയാണ് ഓംബുഡ്സ് മാന്റെ ലക്ഷ്യം. അധികാര ദുർവിനിയോഗം, അമിതാധികാര വിനിയോഗം, നിഷ്ക്രിയത്വം, ഉപേക്ഷ, കാര്യക്ഷമതയില്ലായ്മ, ക്രമരാഹിത്യം, നടപടി ദുഷ്യം, അഴിമതി, സ്വജന പക്ഷപാതം, അധാർമ്മികത, കളങ്ക സത്യവിരുദ്ധത, എന്നിവയെല്ലാം ദുർഭര ണമാണ്. അവ കണ്ടെത്തി തടയുക വഴി സദ്ഭരണം ഉറപ്പാക്കു കയാണ് ഓംബുഡ്സ്മാന്റെ കടമ.

ജനപ്രതിനിധി, ഭരണാധികാരി, ഉദ്യോഗസ്ഥർ, ജീവനക്കാർ, എന്നിവർ ഉൾപ്പെടെ പൊതുസേവന കർത്താക്കളാണ് ഓംബുഡ്സ്മാന്റെ നിരീക്ഷണാധികാര പരിധിയിൽ വരുക. തദ്ദേശഭരണ സ്ഥാപനത്തിന് കൈമാറ്റിയ ഘടക സ്ഥാപനങ്ങ ളിലെ ഉദ്യോഗസ്ഥരും ജീവനക്കാരും ഇതിൽ ഉൾപ്പെടും.

ഭരണപരം, വികസനം, നിർമ്മാണ നിർവ്വഹണം, ക്ഷേമം, സുരക്ഷ, നിയന്ത്രണം, എന്നിങ്ങനെ തദ്ദേശഭരണ കൃത്യനിർ വ്വഹണ വിഷയ ങ്ങളിൽ ഉന്നയിക്കപ്പെടുന്ന പരാതിയിന്മേ ലായിരിക്കും അന്വേഷണം ഉണ്ടാ കുക. പരാതിയിലോ ആക്ഷേപത്തിലോ അന്വേഷണം നടത്തി റിപ്പോർട്ട് സമർപ്പിക്കാ നായി ഓംബുഡ്സ്മാൻ നിയോഗിക്കുന്ന വ്യക്തിയെ അന്വേഷ ണ ഉദ്യോഗസ്ഥൻ എന്ന് വിളിക്കാം.

സംസ്ഥാനത്തിൽ തദ്ദേശഭരണ സ്ഥാപനങ്ങൾക്കാകെ ഗവർണർ നിയോഗിക്കുന്ന ഒരു അധികാര സ്ഥാപനമാണ് ഓംബുഡ്‌സ്മാൻ. ഹൈക്കോടതി ജഡ്ജിയുടെ പദവി വഹിച്ചിരുന്ന ന്യായാധിപനെ ആയിരിക്കണം ഓംബുഡ്‌സ്മാ നായി നിയമിക്കേണ്ടത്. നിയമന കാലാവധി മൂന്ന് വർഷ മായിരിക്കും. പുനർ നിയമന യോഗ്യത ഉണ്ടായിരിക്കില്ല. സ്വയം രാജിവച്ച് ഒഴിയുകയോ നിയമസഭയിലെ ഇംപീച്ച്‌മെന്റ് നടപടിവഴി നീക്കം ചെയ്യപ്പെടുകയോ മൂലസ്ഥാനം ഒഴിവാക്കാവു ന്നതാണ്. ഗവർണർക്കായിരിക്കണം രാജിക്കത്ത് സമർപ്പിക്കേ ണ്ടത്. നിയമസഭയിൽ ഹാജരാകുന്ന ഭൂരിപക്ഷം അംഗങ്ങളിൽ 2/3 പേരിൽ കുറയാത്ത അംഗങ്ങളുടെ അംഗീകാരത്തോടെയുള്ള പ്രമേയം ഗവർണർ അധികൃതമാക്കി ഉത്തരവാകുക വഴിയാണ് ഓംബുഡ്‌സ്മാൻ നീക്കം ചെയ്യപ്പെടുക.

- പരാതിയിന്മേലോ സ്വന്തം അറിവിലോ സൂക്ഷ്മാന്വേ ഷണം നടത്തുക.
- തദ്ദേശഭരണ സ്ഥാപനത്തിന്റെയോ പൊതു അധികാര സ്ഥന്റെയോ പൊതു സേവകന്റെയോ ദുർഭരണമോ അഴിമതിയോ സംബന്ധിച്ച പരാതി അന്വേഷിക്കുക.
- പ്രഥമദൃഷ്ട്യാ പരാതി ബോദ്ധ്യപ്പെട്ടാൽ കുറ്റവിചാര ണയ്ക്കായി സമുചിത അധികാരസ്ഥാനം കൈമാറി ക്കൊണ്ട് തീരുമാനം എടുക്കുക.
- ഉത്തരവാദികളിൽ നിന്ന് നഷ്ടോത്തരവാദിത്വം ഈടാക്കാൻ ഉത്തരവാകുക.
- ഉപേക്ഷ, നിഷ്ക്രിയത്വം, കരുതൽ, കുറവ് മുതലായവ കണ്ടെത്തിയാൽ തിരുത്തൽ നടപടി നിർദ്ദേശിക്കുക.
- പരാതിക്കാർക്ക് നഷ്ടത്തിനിടയാക്കുന്ന നിലയിലുള്ള പ്രവർത്തനം തടഞ്ഞുകൊണ്ടോ പരിഹാരാർത്ഥമുള്ള നടപടി ആവശ്യപ്പെട്ടുകൊണ്ടോ നിർദ്ദേശം പുറപ്പെടു വിക്കുക.
- യുക്തമായ നിരക്കിൽ പിഴ ചുമത്തുക.

- അന്വേഷണ നടത്തിപ്പിനായി സർക്കാർ വകുപ്പുകളു ടെയോ അധികാരികളുടെയോ സേവനം ഉപയോഗി ക്കുക.
- കാര്യകാരണ സഹിതം പരാതി നിരസിച്ച്‌ തീർപ്പാക്കുക.
- പരാതിയിന്മേൽ വസ്തുസ്ഥിതി അന്വേഷിക്കുക, കക്ഷി കളെയും സാക്ഷികളെയും വിളിച്ചു വരുത്തുക. രേഖകൾ വിളിച്ചു വരുത്തുക. തെളിവ് എടുക്കുക, മൊഴി സ്വീകരിക്കുക, വാദം കേൾക്കുക, തീർപ്പു കല്പിക്കുക എന്നീ അധികാരങ്ങൾ നടപ്പാക്കുന്നതിൽ സിവിൽ കോടതിയുടേതായ അധികാരാവകാശങ്ങൾ ഉപയോഗപ്പെടുത്തുക എന്നിവ യാണ്‌ തദ്ദേശഭരണ ഓംബുഡ്സ്മാന്റെ സവിശേഷ തകൾ.

കേരള പഞ്ചായത്ത്‌ രാജ്‌ നിയമം അദ്ധ്യായം XXV ഡി വകുപ്പ് 271 എസ്‌ മുതൽ 271 യു വരെ വ്യവസ്ഥകളുടെ അടിസ്ഥാന ത്തിൽ നിയമിക്കപ്പെടുന്നതാണ്‌ തദ്ദേശഭരണ ട്രിബ്യൂണൽ.

തദ്ദേശഭരണ സ്ഥാപനങ്ങളുടെ തീരുമാനങ്ങൾക്കെതിരായി സമർപ്പി ക്കപ്പെടുന്ന അപ്പീലോ പുനരവലോകന ഹർജിയോ പരിഗണിക്കുന്നതിനും തീർപ്പാക്കുന്നതിനുമായി സർക്കാർ നിയമിക്കുന്ന അധികാര സ്ഥാപനമാണ്‌ തദ്ദേശഭരണ ട്രിബ്യൂണൽ. സംസ്ഥാനത്തെ ഓരോ ജില്ലയ്ക്കു വേണ്ടിയോ ഒന്നിലധികം ജില്ലകൾക്കുവേണ്ടിയോ ഒരു ട്രിബ്യൂണൽ രൂപീ കരിക്കാൻ സർക്കാരിന്‌ അധികാരമുണ്ട്.

കേരള ഹൈക്കോടതി ചീഫ് ജസ്റ്റിസുമായി കൂടിയാലോചിച്ച്‌ ജില്ലാ ജഡ്ജി പദവിയിലുള്ള നീതിന്യായ ഉദ്യോഗസ്ഥനെ തദ്ദേശഭരണ ട്രിബ്യൂണലായി സർക്കാർ ഗസറ്റ് വിജ്ഞാപനം വഴി നിയമിക്കേണ്ടതാണ്‌.

തദ്ദേശഭരണ സ്ഥാപന അധികാരസ്ഥർ, ഉദ്യോഗസ്ഥർ എന്നിവർ എടുക്കുന്ന തീരുമാനങ്ങൾ നിയമപരമോ ചട്ടപ്രകാ രമോ നിലനില്ക്കത്തക്കതല്ലെന്നോ, തെറ്റായതാണന്നോ, തിരുത്തപ്പെടേണ്ടതാണന്നോ, നടപ്പാക്കപ്പെടാൻ പാടില്ലാത്ത

താണെന്നോ കാണിച്ച് ട്രിബ്യൂണലിന് മുന്നിൽ അപ്പീലോ റിവിഷനോ വേണ്ടിയുള്ള ഹർജി സമർപ്പിക്കാവുന്നതാണ്. ബാധിക്കപ്പെടുന്ന വ്യക്തിക്കോ, പൗരർക്കോ, ഉദ്യോഗസ്ഥർക്കോ, ജനപ്രതിനിധിക്കോ ഇപ്രകാരം ഹർജി സമർപ്പിക്കാവുന്നതാണ്.

തദ്ദേശഭരണ സ്ഥാപനത്തിന്റെ ഏതെങ്കിലും തീരുമാന ത്തിന്റെ നിയമസാധുതയോ നിലനില്പോ സംബന്ധിച്ച് സർക്കാർ ആവശ്യപ്പെ ടുന്ന പക്ഷം, ബന്ധപ്പെട്ടവർക്ക് കേൾക്കപ്പെടാനുള്ള അവസരം കൊടു ത്തുകൊണ്ട് അതിന്മേ ലുള്ള അഭിപ്രായ നിഗമനം നല്കുന്നതിനുള്ള അധികാരം ട്രിബ്യൂണലിനാണ്.

ട്രിബ്യൂണലിന്റെ കൃത്യനിർവ്വഹണത്തിനുവേണ്ടി കക്ഷിക ളെയോ സാക്ഷികളെയോ വിളിച്ചു വരുത്തുക, രേഖകൾ വിളിച്ചു വരുത്തുക. തെളിവ് സ്വീകരിക്കുക മൊഴിയെടുക്കുക, കമീഷനുകളെ വച്ച് വസ്തു സ്ഥിതി അറിയുക തുടങ്ങി സിവിൽ കോടതിയുടെ പ്രാഥമിക അധികാര ങ്ങൾ ട്രിബ്യൂണലിന് ഉണ്ട്. ട്രിബ്യൂണലിന്റെ തീർപ്പുകൾ സാധാരണ നിലയിൽ കോടതി ഉത്തരവായി പ്രാബല്യം ഉണ്ട്. എന്നാൽ അതിന്മേൽ ഹൈക്കോ ടതിയിൽ അപ്പീൽ ഹർജി സമർപ്പിക്കാൻ അവസരമുണ്ടായിരി ക്കുന്നതാണ്.

ഇപ്പോൾ തദ്ദേശ ഭരണ ഓംബുഡ്സ്മാൻ, ട്രിബ്യൂണൽ എന്നിവ തിരുവനന്തപുരം ആസ്ഥാനമായാണ് പ്രവർത്തിക്കു ന്നത്. ഇവയുടെ നിർവ്വഹണ ചട്ടങ്ങൾ യഥാകാലം സർക്കാർ പുറപ്പെടുവിക്കുന്ന വിജ്ഞാപനം അനുസരിച്ചായിരിക്കും. ഇവയുടെ പ്രവർത്തനം നിറവേറ്റുന്നതിനാവശ്യമായ ജീവന ക്കാരെ നിയമിക്കുക, പശ്ചാത്തല സൗകര്യം ഒരുക്കുക എന്നിവ സർക്കാരിന്റെ ഉത്തരവാദിത്വമാണ്.

തുടർപാഠം

- തദ്ദേശഭരണ ട്രിബ്യൂണൽ, ഓംബുഡ്സ്മാൻ എന്നി വയുടെ അധികാരങ്ങൾ, നടപടിക്രമം എന്നിവ പട്ടികപ്പെടുത്തുക

- ട്രിബ്യൂണൽ, ഓംബുഡ്സ്മാൻ ഓഫീസുകളിലേക്ക് പഠന യാത്ര നടത്തി റിപ്പോർട്ട് തയ്യാറാക്കുക
- ട്രിബ്യൂണൽ, ഓംബുഡ്സ്മാൻ എന്നിവയെപ്പറ്റി സ്ഥാപനങ്ങൾ, ഗ്രാമസഭ എന്നിവയിൽ ചർച്ച, സംവാദം എന്നിവ സംഘടിപ്പിക്കുക.

11

കുട്ടികളും പഞ്ചായത്തും

18 വയസ്സ് ആണ് തദ്ദേശഭരണ സ്ഥാപനവുമായി ബന്ധ പ്പെട്ട അടിസ്ഥാന പ്രായപരിധി. ഗ്രാമസഭയിൽ അംഗമാകാനും ജനപ്രതിനിധിയായി തിരഞ്ഞെടുക്കപ്പെടാനും 18 വയസ്സ് പൂർത്തി യാക്കിയിരിക്കണം. അപ്പോൾ കുട്ടികളും പഞ്ചായത്തും തമ്മിൽ എന്ത് ബന്ധം? 18 വയസ്സിൽ താഴെ പ്രായമുള്ളവരല്ലേ കുട്ടികൾ

കുട്ടികളുടെ അവകാശം, ക്ഷേമം, വികാസം എന്നിവയുമായി ബന്ധപ്പെട്ട എത്രയോ കാര്യങ്ങൾ തദ്ദേശഭരണ സ്ഥാപനം തീരു മാനിക്കുന്നു, നിർവ്വഹിക്കുന്നു.

വിദ്യാലയങ്ങൾ, ശിശുപരിചരണ കേന്ദ്രങ്ങൾ, ആശുപത്രി കൾ തുടങ്ങിയ സ്ഥാപനങ്ങൾ തദ്ദേശഭരണ സ്ഥാപനങ്ങൾ വഴി നടത്തുന്നു.

കുട്ടികളുടെ അവകാശ സംരക്ഷണം മുൻനിർത്തി ജാഗ്ര താസമിതികൾ, സേവനപ്രദാന സംവിധാനം മുതലായവ തദ്ദേശഭരണ സ്ഥാപനം സംഘടിപ്പിക്കുന്നു

ബാല്യാവകാശ പരിരക്ഷയ്ക്കുള്ള പിൻതുണയും പ്രചാര ണവും വേദികളും തദ്ദേശഭരണ സ്ഥാപനങ്ങൾ ഒരുക്കുന്നു

കുട്ടികൾ ഭാവിപൗരരാണ്. പൗരാവകാശമുള്ളവരാണ്. സമൂ ഹം, ഭരണം, സ്ഥാപനം എന്നിവയെ അറിയാനും പഠിക്കാനും ഇടപെടുവാനും അവസരം കുട്ടികൾക്ക് ഉണ്ടാകണം

പ്രായോഗിക പഠന പരിശീലന വേദികളായി കുട്ടികളുടെ ഗ്രാമസഭ-പഞ്ചായത്തുകൾ സംഘടിപ്പിക്കാവുന്നതാണ്‌.

എന്തുകൊണ്ട്‌ തദ്ദേശഭരണത്തെപ്പറ്റി കുട്ടികൾ അറിയണം? മനുഷ്യൻ സമൂഹ ജീവിയാണ്‌. ഗ്രാമജനതയുടെ ഭൂമിശാ

സ്ത്രപരമായിട്ടുള്ള അടിസ്ഥാന സാമൂഹ്യവേദിയാണ്‌ ഗ്രാമസഭ. പങ്കാളിത്തപൂർണ്ണവും വികേന്ദ്രീകൃതവുമായ ജനാധിപത്യ ഭരണ സ്ഥാപനമാണ്‌ തദ്ദേശ ഭരണ സ്ഥാപനം. ഭരണം-വികസനം-മരാമത്ത്-ക്ഷേമ-സുരക്ഷാ കാര്യങ്ങളിൽ തീരുമാനമെടുക്കാനും പദ്ധതി തയ്യാറാക്കാനും നടപ്പാക്കാനും അവലോകനത്തിനും തിരുത്തലിനും അധികാരമുള്ള ഭരണകൂടമാണ്‌ തദ്ദേശ ഭരണ സ്ഥാപനം അവയെപ്പറ്റി കുട്ടികൾ അറിയേണ്ടതുണ്ട്‌. സദ്ഭരണ നടത്തിപ്പിന്‌ അത്‌ അനിവാര്യമാണ്‌.

കുട്ടികൾ നാളത്തെ പൗരരാണ്‌. പൗരബോധമുള്ള തലമുറയുടെ ഉറപ്പുവരുത്താൻ ജനാധിപത്യ മുന്നുപാധിയാണിത്‌. അതിനാൽ കുട്ടികൾ അധികാര വികേന്ദ്രീകരണത്തെപ്പറ്റി അറിയണം. ജനാധിപത്യ പ്രക്രിയ പഠിക്കണം. പൊതുഭരണ പ്രവർത്തനം പരിശീലിക്കണം. പൗരാവബോധവും സാമൂഹ്യ സംസ്കാരവും വികസിപ്പിക്കണം. അതിനുള്ള പ്രായോഗിക വേദികളായി കുട്ടികളുടെ ഗ്രാമസഭയും കുട്ടികളുടെ പഞ്ചായത്തും സംഘടിപ്പിക്കാവുന്നതാണ്‌.

ഓരോ നിയോജക മണ്ഡലത്തിലെയും 18 വയസ്സിന്‌ താഴെ കുട്ടികളുടെ പ്രാതിനിധ്യം ഗ്രാമസഭയിലുണ്ടാകണം. 50-100 വീടുകൾക്ക്‌ ഒരു ബാലസഭയാകാം. അതിൽ നിന്ന്‌ ആൺകുട്ടിയും പെൺകുട്ടിയും എന്ന നിലയിൽ രണ്ടു വീതം പ്രതിനിധികളെ ഗ്രാമതലത്തിൽ തിരഞ്ഞെടുക്കാം. ഇതേപോലെ വിദ്യാലയത്തിലും ബാലസഭയാകാം. അതിൽ നിന്നുള്ള പ്രതിനിധികളും

അയൽസഭകളിൽനിന്നുള്ള പ്രതിനിധികളും കുട്ടികളുടെ ഗ്രാമ സഭയിലെത്താം. ഓരോ ഗ്രാമസഭയ്ക്കും ഒരു നിർവ്വഹണ സംവി ധാനമാകാം. ഇതിൽ നിന്ന്‌ നിയോഗിക്കുന്ന രണ്ടുവീതം പ്രതി നിധികൾ ചേർന്നു രൂപീകരിക്കുന്നതാകാം കുട്ടികളുടെ പഞ്ചാ യത്ത്‌.

കുട്ടികളുടെ ഗ്രാമസഭ/പഞ്ചായത്ത്‌ യോഗങ്ങൾ ചേരുക, പ്രവർത്തന വിഷയങ്ങൾ തീരുമാനിക്കുക., രേഖകൾ തയ്യാറാ ക്കുക, രജിസ്റ്ററുകൾ സൂക്ഷിക്കുക, ചർച്ചകൾ നടത്തുക, പ്രമേ യങ്ങൾ അവതരിപ്പിക്കുക, നിഗമനങ്ങൾ അംഗീകരിക്കുക, റിപ്പോർട്ടുകൾ സമർപ്പിക്കുക മുതലായവയെല്ലാം കുട്ടികൾ തന്നെ ചെയ്യട്ടെ. ആവശ്യമെങ്കിൽ ഇതിൽ തല്പരരായ, പരിചയ സമ്പന്നരായ സ്വയം സന്നദ്ധരായ മുതിർന്ന വ്യക്തികളുടെ പിന്തുണ കുട്ടികൾക്ക്‌ ഉറപ്പാക്കാം. മാർഗ ദർശിത്വവും നല്കാം..

ഗ്രാമസഭകൾ, ഭരണ സമിതികൾ, വികസന സെമിനാർ മുത ലായവയിൽ കുട്ടികളുടെ അഭിപ്രായങ്ങൾ പരിഗണിക്കപ്പെടുന്നു എന്ന്‌ ഉറപ്പാക്കുക. കുട്ടികളുടെ ഗ്രാമസഭയിലും പഞ്ചായത്തിലും തദ്ദേശ ഭരണാധികാരികളും ഉദ്യോഗസ്ഥരും ഹാജരാകുകയും അവരുടെ അഭിപ്രായ നിഗമനങ്ങൾ ഉൾക്കൊള്ളുകയും ചെയ്യുന്നു എന്ന്‌ ഉറപ്പാക്കുക.. ഉന്നയിക്കപ്പെടുന്ന വിഷയങ്ങളിൽ വിശദീകരണം ഉറപ്പാക്കുക.

വ്യക്തിഗതവും സാമൂഹികവും രാഷ്ട്രീയവുമായി ഉയർന്ന അവബോധമുള്ള വരുംതലമുറയ്ക്കായി ഈ അവസരങ്ങൾ നമുക്ക്‌ ഉപയോഗപ്പെടുത്താം.

www.ingramcontent.com/pod-product-compliance
Lightning Source LLC
Chambersburg PA
CBHW051854130726
47987CB00002B/835

9 789386 637307